വിത്തുഭരണി

vithubharani

•

chintha pravasi puraskaram
theranjedutha kadhakal

•

first edition
october 2016

•

typesetting
dbh overbridge tvpm

•

published
chintha publishers, thiruvananthapuram

•

printed
akshara offset, thiruvananthapuram

•

cover
midas

വിതരണം

ദേശാഭിമാനി ബുക്ക് ഹൗസ്

H O തിരുവനന്തപുരം-695 035
phone: 0471-2303026, 6063026
www.chinthapublishers.com
chinthapublishers@gmail.com

ബ്രാഞ്ചുകൾ

ഹെഡ്ഡാഫീസ് ബ്രാഞ്ച് കുന്നുകുഴി • സ്റ്റാച്യു തിരുവനന്തപുരം • കെ എസ് ആർ ടി സി ബസ് സ്റ്റേഷൻ ആലപ്പുഴ • കെ എസ് ആർ ടി സി ബസ് സ്റ്റേഷൻ എറണാകുളം • മച്ചിങ്ങൽ ലെയ്ൻ തൃശൂർ • ഐ ജി റോഡ് കോഴിക്കോട് • മാവൂർ റോഡ് കോഴിക്കോട് • എൻ ജി ഒ യൂണിയൻ ബിൽഡിങ് കണ്ണൂർ • സെൻട്രൽ ബസ് ടെർമിനൽ കോംപ്ലക്സ് താവക്കര കണ്ണൂർ

CO - 2429 / 3980
ISBN - 978-93-86112-98-9

വിത്തുഭരണി

ചിന്ത പ്രവാസി സാഹിത്യ പുരസ്കാരം
തെരഞ്ഞെടുത്ത കഥകൾ

ചിന്ത പബ്ലിഷേഴ്സ്
തിരുവനന്തപുരം-695 035
വില: ₹ 80

ഉള്ളടക്കം

പ്രസാധകക്കുറിപ്പ്

ചിന്ത പബ്ലിഷേഴ്സ് ഏർപ്പെടുത്തിയ പ്രവാസി കഥാപുരസ്കാരത്തിന് ലഭിച്ച കഥകളിൽനിന്നും ഷോർട്ട്ലിസ്റ്റ് ചെയ്യപ്പെട്ടവയാണ് ഈ സമാഹാരത്തിൽ ഉൾക്കൊള്ളിച്ചിരിക്കുന്നത്.

പ്രവാസത്തിന്റെ പൊള്ളുന്ന അനുഭവങ്ങളിൽനിന്നും ഉത്ഭവം കൊണ്ടവയാണീ സമാഹാരത്തിലെ കഥകൾ. കഥയെഴുത്തിന്റെ റിഥവും സമചിത്തതയും നിറങ്ങളും എഴുത്തിന്റെ ഭാരവും വേണ്ടുവോളം അനുഭവിപ്പിക്കുന്നവയാണിതിലെ കഥകൾ.

ചിന്ത പബ്ലിഷേഴ്സ്

വിത്തുഭരണി

ശ്രീദേവി മേനോൻ

ഖാസിമിന്റെ ബൂട്ട്സിനടിയിലൊക്കെ വസന്തകാലമായാൽ മഞ്ഞ പ്പൂക്കളുടെ ഉണങ്ങിയ ഇതളുകൾ പറ്റിപ്പിടിച്ചിരിപ്പുണ്ടാവും.. നടക്കുന്ന തിനിടയിൽ, മരത്തിലോ, വഴിയരികിലെ കലുങ്കിലോ ചാരി നിന്ന് തന്റെ കൈയിലെ നീളൻ വടി ഉപയോഗിച്ച് അയാൾ ആ ഇതളുകളെ തട്ടി താഴേക്കിടും. ഇക്കാലത്ത് താഴ്‌വര മുഴുവൻ മഞ്ഞ പൂവിതളുകൾ പറന്നു നടക്കും..... മറ്റു നിറങ്ങളെല്ലാം പിന്നെ ഒരാറു മാസത്തേക്ക് അവിടെയു ള്ളവർ മറക്കുകയാണ് പതിവ്.. ഒരു മഞ്ഞപ്പിത്തം പിടിച്ച അവസ്ഥ.... കാണുന്നിടത്തൊക്കെ മഞ്ഞപ്പുമാത്രം.

താഴ്‌വരയിലൂടൊഴുകുന്ന സെബ്നാ നദിയിലെ വെള്ളത്തിൽ കാറ്റുകൊണ്ടിട്ട പീതദലങ്ങൾ തെന്നിയും തെറിച്ചുമൊഴുകി ആ നീരുറ വയെയും മഞ്ഞ വർണ്ണമാക്കും...

അവിടെ പറന്നെത്തിയിരുന്ന ദേശാടനക്കിളികൾ പോലും മഞ്ഞ ചിറ കുള്ളവയായിരുന്നു. പൂമേടിന്റെ സൗന്ദര്യം ആസ്വദിക്കാൻ വരുന്ന സഞ്ചാ രികളാവട്ടെ പൂക്കൾക്കൊപ്പം ചിത്രങ്ങളെടുക്കാൻ, മഞ്ഞ കുപ്പായങ്ങൾ തെരഞ്ഞെടുത്തണിഞ്ഞു വന്നിരുന്നു...

പകൽ നേരങ്ങളിൽ തെളിഞ്ഞ നീല നിറമുള്ള ആകാശം, സന്ധ്യ യോടെ പൂക്കളുടെ നിറം പറ്റി മഞ്ഞച്ചു വരും. സൂര്യൻ താഴേക്ക് പോകുന്ന നേരമാവുമ്പോഴേക്കും കൃത്യം പൂക്കളുടെ നിറത്തോട് കിട പിടിക്കുന്ന മഞ്ഞ നിറത്തിലാണ് താഴ്‌വരയ്ക്കു മുകളിലെ ആകാശകഷ്ണം കാണ പ്പെടാറുള്ളത്....

ഖാസിം മുഷിഞ്ഞു പിഞ്ഞിയ തൊപ്പിയും, കോട്ടും തന്നെ വസന്ത കാലത്തും ധരിച്ചു പോന്നു.. അയാളുടെ വസ്ത്രങ്ങൾക്ക് സദാ ഒരു മഞ്ഞ പ്പുണ്ടായിരുന്നു.. അതു വസന്തമോ, ഗ്രീഷ്മമോ, ശിശിരമോ ആയാൽ വ്യത്യാസപ്പെടാറില്ല.. അയാൾ തനിച്ചായിരുന്നു എപ്പോഴും.. അതുകൊണ്ട് അയാളുടെ മുഷിഞ്ഞ കോട്ടിനെക്കുറിച്ചോ, കൈയുറകളെക്കുറിച്ചോ,

ആരും പരാതിപ്പെട്ടോ, പരാമർശിച്ചോ അയാൾ കേട്ടിട്ടില്ല... ഇടയ്ക്ക് അവിടെയെത്തുന്ന സഞ്ചാരികളുടെ "ഭ്രാന്തൻ കിഴവൻ" എന്നുള്ള പിറുപിറുപ്പ് അയാളൊട്ട് ശ്രദ്ധിക്കാറുമില്ല.

ഖാസിമിനെ ആൾ താമസം കുറഞ്ഞ, വിഷജന്തുക്കൾ പാർക്കുന്ന, വസന്തകാലങ്ങളിൽ മഞ്ഞപ്പൂക്കൾ കൂട്ടായി വിരിയുന്ന, താഴ്വരയിലേക്ക് കൊണ്ടുവന്നത് സലാമെന്ന ഒരു ഉയരമുള്ള, ധൈര്യമുള്ള, ഗോതമ്പിന്റെ നിറമുള്ള, മദ്ധ്യവയസ്സുള്ള മനുഷ്യനായിരുന്നു. അന്ന് കുഞ്ഞു ഖാസിമിന് ഏകദേശം ഒമ്പത് വയസ്സ് പ്രായം. എവിടെ നിന്നാണ് സലാം തന്നെ കൊണ്ടുവന്നത് എന്ന് കുറെ കാലം ഖാസിമിനോർമ്മയുണ്ടായിരുന്നു.. പിന്നെ പതുക്കെ പതുക്കെ അവനത് മറന്നുപോയി. തന്നെ ഈ താഴ്വരയിലെത്തിച്ച് നാലോ, അഞ്ചോ വർഷത്തിനുള്ളിൽ വിഷം തീണ്ടി അയാൾ മരിച്ചുപോയി എന്ന് ഖാസിം ഓർക്കുന്നു.... ആദ്യമായും അവസാനമായും ഖാസിമിനു മുന്നിൽ മരണം വേഷം കെട്ടി നിന്നത് അന്നായിരുന്നു...

താഴ്വര അവസാനിക്കുന്നിടത്ത് സലാമിന്റെ സുഹൃത്ത് താബത്തിനൊരു കാപ്പിക്കടയുണ്ടായിരുന്നു..... അനക്കമറ്റ സലാമിന്റെ ശരീരം കണ്ടപ്പോൾ താബത്തിന്റെ സഹായം തേടി ഖാസിം ഓടി ചെന്നു....

താബത്തിന്റെ കടയെത്തും മുൻപേ അയാളുണ്ടാക്കുന്ന കാപ്പിയുടെ ഗന്ധമാണ് മൂക്കിലേക്കടിക്കുക. ആ താഴ്വരയിലും, പരിസരത്തുമൊക്കെ വീശുന്ന കാറ്റിന് താബത്തിന്റെ കാപ്പിയുടെ ഗന്ധമാണെന്ന് കുഞ്ഞു ഖാസിം അവിടെയെത്തുമ്പോഴൊക്കെ ചിന്തിക്കും. ഏറ്റവും പ്രിയപ്പെട്ട ഗന്ധമേതെന്ന് ചോദിച്ചാൽ കാപ്പിയുടെ മണമെന്ന് സംശയമില്ലാതെ ഉത്തരം നല്കാൻ ഖാസിമിനായത് താബത്തിന്റെ കാപ്പിക്കടയിലെ കാപ്പിയാണ്. സായാഹ്നങ്ങളിൽ ഖാസിമിനേയും കൂട്ടി സലാം ഈ കടയിലേക്ക് നടക്കും... പോകും വഴിയൊക്കെ അയാൾ നിശ്ശബ്ദനായിരിക്കും. പക്ഷേ, കടയിലെത്തുന്നതോടെ അയാൾ തന്റെ നാവിനെ പുറത്തെടുക്കുന്നു. അതുവരെ പല്ലുകൾക്കിടയിൽ ഉപയോഗമുണ്ടെന്നറിയാതെ കിടന്ന നാവ് സന്തോഷത്തോടെ തന്റെ ജോലി തുടങ്ങും. സലാമും, താബത്തും, ലോകത്തെ സർവ്വവിഷയങ്ങളെകുറിച്ചും ചർച്ച ചെയ്യും. അവർ തമ്മിൽ ഒരു വിഷയത്തിലും ഭിന്നാഭിപ്രായമുണ്ടാകാറില്ലെന്ന് കുഞ്ഞു ഖാസിം കണ്ടുപിടിച്ചു വച്ചിട്ടുണ്ടായിരുന്നു.. ഇടയ്ക്കിടെ കാലിയാകുന്ന കാപ്പി കപ്പുകൾ വീണ്ടും നിറയ്ക്കും. അന്നേരം അയാൾ ശ്രദ്ധിക്കുന്നില്ലേ എന്ന് കാണുന്നവർക്ക് സംശയം തോന്നും... എന്നാൽ കോപ്പകളിൽ പതയുള്ള കാപ്പി പകർന്നു കഴിഞ്ഞാൽ അതുവരെ സലാം പറഞ്ഞതിനൊക്കെ അയാൾ മറുപടി പറയും..

ഇടയ്ക്കാ വഴി കടന്നുപോകുന്ന കുതിരവണ്ടിക്കാരോ, തൊഴിലാളികളോ, കാപ്പി കുടിക്കാൻ കടയിൽ കയറുമ്പോൾ താല്ക്കാലികമായി വീണ്ടുമാ സംഭാഷണം മുറിയും. കയറി വരുന്നവർ സംസാരപ്രിയരെങ്കിൽ അവർ പുതിയൊരു വിഷയം തുടങ്ങിവയ്ക്കുന്നു. സലാമും താബത്തും, ആ വിഷയമേറ്റ പിടിച്ച് സംസാരം തുടരുന്നു....

ചില രാത്രികളിൽ താബത്തിന്റെ അടുപ്പിൽ ചുട്ടെടുക്കുന്ന റൊട്ടി, വെള്ള കടലയിൽ, നിലക്കടലയും ചെറുനാരങ്ങയും, വെളുത്തുള്ളിയും

ചേർത്തുണ്ടാക്കിയ മിശ്രിതവും തൈരും ചേർത്ത് അരച്ചെടുത്ത് അതിനു മുകളിൽ ഒലീവ് ഓയിൽ ഒഴിച്ച്, തക്കാളി മുറിച്ചിട്ട് അവർ ഒന്നിച്ചിരുന്ന് കഴിക്കും. കക്കിരിക്കയിൽ വെളുത്ത നിറമുള്ള സവാള മുറിച്ചിട്ടതും ചില ദിവസങ്ങളിൽ വിളമ്പും... അത്താഴം കഴിഞ്ഞും ഏറെ നേരമവർ സംസാരിച്ചിരിക്കും. അപ്പോഴും, അവർ കാപ്പി കുടിച്ചുകൊണ്ടാണ് സംസാരിച്ചിരിക്കുക. അന്നേരം, കടയിലെ മേശപ്പുറത്ത് തല ചായ്ച്ച് കുഞ്ഞു ഖാസിം ഉറങ്ങും... ഉറങ്ങിയുറങ്ങി സുഖത്തിന്റെ ഉത്തുംഗശൃംഗത്തിലേക്ക്, സ്വപ്നങ്ങളുടെ പഞ്ഞിചെമ്മരിയാടുകൾ മേയുന്ന താഴ്വരയിലേക്ക് അടിവച്ചടിവച്ച് കയറുമ്പോൾ, പോകാറായി എന്ന് പറഞ്ഞുകൊണ്ട് സലാം അവനെ ഉണർത്തും... ഇരുട്ടിൽ തപ്പി തടഞ്ഞു അയാൾക്കൊപ്പം തിരിച്ച് നടക്കുമ്പോൾ വീണ്ടും മൗനം കൂടുകൂട്ടി സലാമിന്റെ നാവിൻ തുമ്പിലിരിക്കുന്നുണ്ടാവും.... ഒരിക്കലുമൊരു ചോദ്യവും ചോദിച്ച് അയാളെ ബുദ്ധിമുട്ടിക്കാതിരിക്കാൻ കണ്ടെത്തിയ അടവായിരുന്നോ ആ മൗനമെന്ന് വരും കാലങ്ങളിൽ ഖാസിം സംശയിച്ചിട്ടുണ്ട്.

"നിനക്കുറപ്പാണോ അവൻ പോയെന്ന്?" താബത്ത് മരക്കസേരയിൽ നിന്നെഴുന്നേറ്റ് മേശയിൽ കൈയൂന്നി നിന്ന് ചോദിച്ചു.

"അതെ. അനങ്ങുന്നില്ല. ശരീരം നീല നിറമായിരിക്കുന്നു. ശ്വസിക്കുന്നില്ല. തണുത്ത് വെറുങ്ങലിച്ചിട്ടുണ്ട്. കടവായിലൂടെ രക്തം ഒലിച്ചിറങ്ങിയിട്ടുണ്ട്. കണ്ണുകൾ തുറിച്ച നിലയിലാണ്. മരിച്ചിരിക്കാം. അല്ലാ മരിച്ചിരിക്കുന്നു. തീർച്ച." മരണത്തെ ആരും പരിചയപ്പെടുത്തി കൊടുക്കേണ്ട കാര്യമില്ലല്ലോ.

താബത്ത് കാതു പൊത്തി. നെഞ്ചിൽ തടവി. ഇടക്കെപ്പൊഴോ തലയിൽ ഒന്നു തല്ലി..... അള്ളാ..... എന്നൊരു വിളി അയാളിൽ നിന്നുയർന്നു.

ഖാസിമിനു ദുഃഖമുണ്ടായിരുന്നോ എന്നിന്നും അയാൾ ഓർക്കുന്നില്ല. വാർത്ത പ്രക്ഷേപണം ചെയ്യുന്ന ഒരു വ്യക്തിയുടെ സംയമനം പാലിച്ചിരുന്നു എന്നു വ്യക്തമായി ഓർക്കുന്നുണ്ട്.

"ഞാൻ വരുന്നില്ല ചെറുക്കാ. നീ തനിച്ചവനെ പറഞ്ഞയക്ക്. എനിക്കാ രംഗം കാണാൻ ത്രാണിയില്ല. അത്രടം വരെ നടന്നെത്താൻ കഴിയുമെന്ന ആത്മവിശ്വാസവുമില്ല. വിഷം തീണ്ടിയതാവും. പറഞ്ഞിട്ടുണ്ട് അവനോട് പല തവണ. ആ മരണത്തിന്റെ താഴ്വരയിൽ പാർക്കേണ്ടാ, ഇവിടെ വന്നു എന്റെ കൂടെ നില്ക്കാൻ. ഇനിയിപ്പോ എനിക്കാരുമില്ല. എന്നാലും അവനിവിടെ നില്ക്കായിരുന്നു, എന്റെ കൂടെ. പറയുമ്പോഴൊക്കെ അവനെന്നെ ഭീരു എന്നു വിളിക്കുമായിരുന്നു. പോയി. ഇനി എനിക്കാരാ.... ഞാനില്ലാ ചെറുക്കാ..... അവിടെ വരെ ഞാൻ നടന്നെത്തില്ല. നീ ചെല്ല്. അവനെ പറഞ്ഞയക്ക്.

കാപ്പി മണമുള്ള മേശയിൽ തല ചായ്ച്ച് അയാൾ കിടന്നു. അയാൾ സംസാരിച്ചതിലെ രണ്ടു കാര്യങ്ങൾ മാത്രം ഖാസിം മനസ്സിലാക്കി. താബത്ത് തനിക്കൊപ്പം വരില്ല. സലാമിനെ താനൊറ്റയ്ക്ക് പറഞ്ഞയക്കണം.

എങ്ങോട്ടാണ് പറഞ്ഞയ്ക്കുക. മരിച്ച മനുഷ്യരെ സാധാരണയായി എങ്ങോട്ടാണ് പറഞ്ഞു വിടാറുള്ളത്. ഖാസിം ചിന്താവിഷ്ടനായി.

കുറച്ച് സമയം കൂടി ആ കടയ്ക്കുള്ളിൽ സംശയിച്ചു നിന്ന് അവൻ തിരിഞ്ഞോടി. ആ ശരീരത്തിനരികിൽ പിന്നെയും ഒരു ദിവസമവൻ ഇരുന്നു. ചിലപ്പോൾ ജീവൻ വന്നെഴുന്നേല്ക്കുമോ എന്നവൻ സംശയിച്ചിരുന്നതിനോടൊപ്പം ഇനിയെന്ത് എന്ന സന്ദേഹവുമവനെ വലച്ചിരുന്നു.

ആ ശവശരീരം, ഖാസിം തനിച്ചാണ് വലിച്ച് മലയ്ക്കു മുകളിലേക്ക് കയറ്റി, മറുവശത്തുള്ള കൊക്കയിലേക്കെറിഞ്ഞത്. അപ്പോഴേക്കും കറുത്തുള്ള ആ ശരീരം ചീഞ്ഞ്, തൊടുമ്പോൾ വിരലുകൾ ശരീരത്തിനകത്തേക്ക് തുളഞ്ഞു കയറുന്ന അവസ്ഥയിൽ ആയിട്ടുണ്ടായിരുന്നു. മരിച്ച് പോകുന്ന ഒരാളെ ആദ്യമായി കാണുന്ന കുട്ടികൾ പേടിച്ച് കരയേണ്ടതാണ്. ഖാസിം അന്നതും ചെയ്തില്ല. എന്താണ് ചെയ്യേണ്ടതെന്ന് ചോദിക്കാൻ ആ താഴ്‌വരയിലേക്കാരും വന്നതുമില്ല. അഴുകിയ ഗന്ധം വമിച്ചു തുടങ്ങിയപ്പോൾ, ഇതു നശിപ്പിച്ച് കളയേണ്ട ഒന്നാണെന്ന് ആ പതിന്നാലുകാരനു ബോദ്ധ്യപ്പെട്ടു. മൃതശരീരമെറിഞ്ഞു കളഞ്ഞ അവന്റെ കൈകളിൽ സലാമിന്റെ മാംസകഷ്ണങ്ങൾ ഒട്ടിപ്പിടിച്ചിരുന്നു. കരയാനറിയാത്ത അവൻ, പേടിക്കാനറിയാത്ത അവൻ സെബ്നാനദിയിലേക്കവൻ ഊളിയിട്ടു പോയി. കരയിലെ കറുത്ത കല്ലിൽ കൈയുരച്ചുരച്ചു കഴുകി. കൈയിൽ പറ്റി പിടിച്ച ദുർഗ്ഗന്ധമവിടെയുണ്ടോ എന്നവൻ വീണ്ടും വീണ്ടും പരിശോധിച്ചു. ഒടുവിൽ നദിയിൽനിന്നു തിരിച്ചവൻ കയറി വരുമ്പോൾ, അവന്റെ രക്ഷിതാവായിരുന്നു സലാം എന്ന മനുഷ്യനെ അവൻ മനസ്സിൽ നിന്നെടുത്തു കളഞ്ഞിരുന്നു.

ആ താഴ്‌വര വിട്ടു മറ്റൊരിടത്തേക്ക് പോകണമെന്ന് അന്നുമവന് തോന്നിയില്ല. തീർത്തും ഒറ്റപ്പെട്ടിട്ടു പോലും. മനുഷ്യരെ ആഗിരണം ചെയ്യുന്ന ചില പ്രദേശങ്ങളുണ്ട്. അവിടെ എത്തിപ്പെടുന്നതോടെ നമ്മൾ സർവ്വവും മറക്കുന്നു. മറ്റൊരു സ്ഥലത്തെക്കുറിച്ചോ, മെച്ചപ്പെട്ട സൗകര്യങ്ങളെക്കുറിച്ചോ ഒന്നും നമ്മൾ വ്യാകുലപ്പെടില്ല. അവിടെയുള്ള ഒരൊറ്റ പ്രശ്നങ്ങളും നമുക്ക് മുന്നിൽ പ്രശ്നങ്ങളായി പ്രത്യക്ഷപ്പെടുകയുമില്ല. അങ്ങനെയൊരു സ്ഥലത്തിന്റെ പിടിയിലകപ്പെട്ടു പോയിരുന്നു ഖാസിം. ആ താഴ്‌വരയിൽ മനുഷ്യൻ വസിച്ചാലവനെ മരണം മാത്രമേ വേർപെടുത്തി കൊണ്ടുപോകൂ എന്നവനറിയാമായിരുന്നില്ല. എന്നാലും, പോകണമെന്നവനു തോന്നിയതേയില്ല. ആ താഴ്‌വരയുടെ മുഷ്ടിക്കുള്ളിലകപ്പെട്ട് ഖാസിം അവിടെ തങ്ങി.

രണ്ടു ദിവസങ്ങൾക്കപ്പുറം കാപ്പികടയിലെത്തിയ ഖാസിം അതടഞ്ഞു കിടക്കുന്നതാണ് കണ്ടത്. പിന്നീടൊരിക്കലും ആ കടയാരും തുറന്നില്ല. താബത്തിനെ കണ്ടതുമില്ല. ഖാസിമിന് പിന്നീട് അത്തരമൊരു കാപ്പി ആരുമുണ്ടാക്കി കൊടുത്തതുമില്ല. ഇടയ്ക്കിടെ വീശുന്ന കാറ്റിൽ ആ മണമുണ്ടെന്ന് ഇപ്പോഴും ചെടികൾക്ക് തടമെടുക്കുമ്പോഴും മലയരികിൽ ഇരിക്കുമ്പോഴും അയാൾക്ക് തോന്നും. കാലമയാളെ പറയാതെ തന്നെ ആ താഴ്‌വരയുടെ കാവല്ക്കാരനാക്കി മാറ്റി.

താഴ്‌വരയ്ക്കരികിലൂടെ കൂടി വിറകു സമാഹരിക്കാൻ പോകുന്ന ലോറിക്കാർക്ക് മരക്കഷണങ്ങൾ ശേഖരിച്ചയാൾ നല്കുമായിരുന്നു. അവരായിരുന്നു അയാൾക്ക് ആവശ്യമുള്ള സാമാനങ്ങൾ പട്ടണങ്ങളിൽ നിന്നെത്തിച്ചു കൊടുത്തിരുന്നത്. അവരെ കൊണ്ടയാൾ പലതരം കാപ്പികൾ

വരുത്തിച്ചു. അയാൾക്ക് ലഭിച്ചിരുന്ന കാപ്പിപൊടികൾ കൊണ്ടൊക്കെ അയാൾ താബത്ത് സൃഷ്ടിച്ചിരുന്ന കാപ്പിയുടെ മായാജാലം പുനഃസൃഷ്ടിക്കാൻ ശ്രമിച്ചിരുന്നു. ഓരോ തവണയും പരാജയപ്പെട്ട് തല കുടഞ്ഞു അയാൾ എഴുന്നേറ്റു പോകും.

താഴ്വരയിൽ മലയോടു ചേർത്ത് കെട്ടിയിരിക്കുന്ന മരക്കുടിലിലാണയാൾ താമസിക്കുന്നത്. അയാളുടെ കുടിലിനു ചുറ്റും മണ്ണിന്റെയും മഞ്ഞയുടെയും കലപ്പാർന്ന പുല്ലു വളർന്നു നിന്നിരുന്നു. ചില ഭാഗങ്ങളിലെ പുല്ല് അയാളുടെ അരയ്ക്കൊപ്പം പൊക്കം വച്ചിരുന്നു. നാലോ അഞ്ചോ വാൾനട്ട് മരങ്ങളും, രണ്ടു കൂറ്റൻ പൈൻ മരങ്ങളും, കാട്ടു പീച്ച് വൃക്ഷങ്ങളും അയാളുടെ വീടിനു പിറകിൽ നിന്നിരുന്നു.

ആ താഴ്വരയിൽ, ഖാസിമിനെ പോലെ കുടിൽ കെട്ടി പാർക്കുന്ന മറ്റു ചില കുടുംബങ്ങളുണ്ട്. അവരൊക്കെ അവിടെ എത്തിച്ചേർന്നിട്ട് ഒരുപാട് കാലമൊന്നുമായില്ല. അവർ വീടു വച്ചിരിക്കുന്നത്, സെബ്ന നദിയോട് ചേർന്നാണ്. അവരുമായൊന്നും ഖാസിമിനു ചങ്ങാത്തമുണ്ടായിരുന്നില്ല.

അവിടെ എത്തിപ്പെട്ടിട്ട് എത്ര വർഷമായെന്ന് അയാളിടയ്ക്ക് ഓർത്തെടുക്കാൻ ശ്രമിക്കും. പക്ഷേ, തന്റെ വയസ്സോ, അവിടെ എത്തിപ്പെട്ട കാലയളവോ ഒന്നുമോർക്കാൻ അയാൾക്ക് സാധിച്ചതേയില്ല. സലാമിനെ ഓർക്കുന്നതിനേക്കാളധികം അയാളുടെ സുഹൃത്ത് താബത്തിന്റെ കാപ്പിയെക്കുറിച്ചോർക്കാനാണ് ഖാസിം ഇഷ്ടപ്പെട്ടിരുന്നത്. താബത്തിനെ പോലൊരു സുഹൃത്ത് ചിലപ്പോൾ അവിചാരിതമായി തന്റെ ജീവിതത്തിലേക്ക് കയറി വന്നേക്കുമെന്ന് ചെറുപ്പത്തിലയാൾ വിചാരിച്ചിരുന്നു. പിന്നീട് ഏകാന്തവാസത്തിനിടയിൽ, ജീവിതത്തെ മറ്റൊരു തരത്തിലൊഴുക്കി വിടാനാകുമെന്നയാൾ പരിപൂർണ്ണമായി മറന്നുതന്നെപോയി. ഇണയായൊരു പെണ്ണു വന്നു ചേരുമെന്ന് യൗവനത്തിന്റെ ചില പിരിമുറുക്കങ്ങളിൽ അയാളാശിച്ചിരുന്നു. പക്ഷേ, അതുമുണ്ടായില്ല. പൂ കാണാനെത്തുന്ന ചില സഞ്ചാരി സ്ത്രീകളോട് അയാൾക്കിടയ്ക്ക് ഭ്രമം തോന്നും. പ്രത്യേകിച്ച് മെലിഞ്ഞു, നീണ്ട, ഉറച്ച ശരീരമുള്ള, തല തീരെ കുനിക്കാത്ത, ചിരിക്കുമ്പോൾ കണ്ണു കൂടെ ചിരിക്കുന്ന ചിലരോട്. മുഷിഞ്ഞ വേഷമുള്ള അയാളെ അവരൊന്നും ശ്രദ്ധിക്കുന്നതേയില്ലെന്നറിയുമ്പോൾ അയാൾക്കവരോട് അമർഷമാകും. സ്നേഹിക്കപ്പെടാൻ താനൊന്നും ചെയ്തില്ലല്ലോ എന്നോർക്കുമ്പോ മനസ്സ് ശാന്തമാകുകയും ചെയ്യും. തനിക്കാരെയും സ്നേഹിക്കാനോ, കൂടെ കൂട്ടാനോ കഴിയില്ലെന്ന് അതിനിടെ അയാൾ തിരിച്ചറിഞ്ഞു കഴിഞ്ഞിരുന്നു.

ഇരുട്ടു വീഴും വരെയേ സഞ്ചാരികൾ ആ താഴ്വരയിൽ തങ്ങാറുള്ളൂ. സൂര്യൻ താഴും മുൻപേ അവിടം വിട്ടവർ പാഞ്ഞു പോകുന്നത് കാണുമ്പോൾ ഖാസിം ചുണ്ടു കോട്ടി ചിരിക്കും. ഭീരുക്കൾ എന്ന് കുറച്ചുറക്കെ തന്നെ പറയും. പകൽ സമയങ്ങളിൽ തന്നെ ഭ്രാന്തൻ കിളവൻ എന്നു പറഞ്ഞവരെ ഇരുട്ടുമ്പോൾ ഭീരു എന്നു വിളിക്കുന്നതിൽ ഖാസിം ആനന്ദം കണ്ടെത്തുന്നതുപോലെ തോന്നും.

രാത്രികാലങ്ങളിൽ ഇഴഞ്ഞെത്തുന്ന വിഷമുള്ള ചില ജീവികളെ പേടിച്ചാണ് അവരോടി പോകുന്നതെന്ന് അയാൾക്കറിയാം. തേളുകളെ

പോലുള്ള ചില വിഷജന്തുക്കൾ രാത്രിയായാൽ പൂക്കൾക്കിടയിൽ അരിച്ചു നടക്കും. രാത്രിയിലും വൈകിയേ ഇരുട്ടവിടെ പടരാറുള്ളൂ. ഇരുട്ട് പരന്നാലും പൂക്കളെ മഞ്ഞനിറത്തിൽ തന്നെ ഖാസിം കാണാറുണ്ട്. ആ മഞ്ഞയിൽ ചില കറുത്ത വടുക്കൾ അയാളുടെ കണ്ണിലും പെട്ടിട്ടുണ്ട്. കരിന്തേളുകൾ രാത്രിയിൽ പൂക്കളുടെ തേൻ കുടിക്കുന്നത് അവയുടെ പ്രജനനശേഷി കൂട്ടാനാണെന്ന ഒരു കണ്ടുപിടുത്തം വരെ ഖാസിം നടത്തിയിട്ടുണ്ട്. വിഷജന്തുക്കൾ ഖാസിമിനെ കണ്ടതായി ഇതുവരെ നടിച്ചിട്ടില്ല. ഖാസിം അവറ്റയേയും. അല്ലെങ്കിൽ തന്നെ ഒരിക്കൽ മരിക്കുമെന്ന് കരുതി ഈ ക്ഷുദ്രജീവികളെ ഭയന്ന് ഓടി പോകാനൊന്നും അയാൾക്കാവില്ല.

ഖാസിം ഏറ്റവും പ്രിയപ്പെട്ടതായി സൂക്ഷിക്കുന്ന ഒന്നേയുള്ളൂ. ഒരു റേഡിയോ. ഒരു സഞ്ചാരി സ്ത്രീ ഒരിക്കൽ അയാൾക്ക് സമ്മാനിച്ചതാണത്. അവർ മെലിഞ്ഞിട്ടായിരുന്നു. വിടർന്ന കണ്ണുകളായിരുന്നു. അവരുടെ പുഞ്ചിരി കണ്ണിലൂടെ വന്നാണ് അയാളെ അന്നു തൊട്ടത്. പിന്നീടൊരിക്കലും അവർ പൂക്കൾ കാണാൻ വന്നില്ല. എല്ലാ വസന്തകാലത്തും, ഖാസിം വെറുതെ അവരെ പ്രതീക്ഷിക്കും. പക്ഷേ, അവർ വന്നില്ല. അതൊരു പ്രേമമൊന്നുമല്ല. പക്ഷേ, സ്ത്രീ ചിരിക്കേണ്ടത് – അല്ല മനുഷ്യൻ ചിരിക്കേണ്ടത് അങ്ങനെ മാത്രമാണെന്ന് അയാൾ ഉറച്ച് വിശ്വസിച്ചു. തനിക്കങ്ങനെ ചിരിക്കാനേ ആവില്ലെന്ന് അറിഞ്ഞുകൊണ്ട് തന്നെ.

ലോകവുമായി അയാളെ അന്നു മുതൽ ആ റേഡിയോ ബന്ധിപ്പിച്ച് നിർത്തി. ഓരോ വാർത്തകളും അയാൾ ജിജ്ഞാസയോടെ ശ്രവിക്കാൻ തുടങ്ങി. താഴ്വരയല്ല, ലോകത്തിന്റെ അറ്റമെന്ന് അയാൾക്ക് മനസ്സിലായി തുടങ്ങി. ലോകത്ത് അങ്ങോളമിങ്ങോളം നടക്കുന്ന സംഭവങ്ങൾ, അയാളാ മലമുകളിൽ ഇരുന്നറിഞ്ഞു തുടങ്ങി.

സഞ്ചാരികൾ കുറവുള്ള പകലുകളിൽ അയാൾ പ്രയാസപ്പെട്ട് അടുത്തുള്ള മലയുടെ പകുതി വരെ കയറും. അവിടെ ഇരുന്ന് റേഡിയോ പ്രവർത്തിപ്പിക്കുമ്പോഴാണ് കൂടുതൽ വ്യക്തമായി വാർത്തകൾ കേൾക്കാൻ സാധിക്കാറുള്ളത്. സന്തോഷിപ്പിക്കുന്ന വാർത്തകളൊന്നും അവർ പ്രക്ഷേപണം ചെയ്യാറില്ല. നല്ലത് ലോകത്തെവിടെയും സംഭവിക്കാത്തതോ, അതൊന്നും ഈ റേഡിയോ നിലയക്കാരുടെ കണ്ണിൽ പെടാത്തതോ എന്ന ശങ്ക മനസ്സിൽ കുമിഞ്ഞു കൂടുമ്പോഴൊക്കെ അയാൾ തല വെട്ടിച്ചും, തുടയിൽ ശക്തമായി മാന്തിക്കൊണ്ടും, അടുത്ത് കിടക്കുന്ന ചെറുകല്ലുകൾ പെറുക്കിയെറിഞ്ഞുകൊണ്ടും തന്റെ പ്രതിഷേധം രേഖപ്പെടുത്തും. ഒരു ഭരണാധികാരി ചെയ്ത നല്ല പ്രവൃത്തിയും ഇവർ പറഞ്ഞു കേട്ടിട്ടില്ല. ലോകം മുഴുവൻ ദുഷ്ടന്മാർ മാത്രമാണെന്ന ഒരു ആപത്സൂചകധ്വനി വാർത്തകളിൽനിന്ന് മനസ്സിലാക്കാൻ ഖാസിമിനു കഴിഞ്ഞു. പ്രതീക്ഷകളെല്ലാം വലിച്ചെറിഞ്ഞു ജീവിച്ചു കൊള്ളൂ, നന്മകളൊന്നും നിങ്ങളുടെ വഴിത്താരയിൽ വെളിച്ചമായി പ്രത്യക്ഷപ്പെടില്ലെന്ന ഒരു ഓർമ്മപ്പെടുത്തൽ. അയാളെന്നാലും നല്ല വാർത്തകൾ കേൾക്കാൻ മാത്രമായി കാത്തിരുന്നു.

സ്വന്തം രാജ്യവും, വീടും, കൃഷിയിടങ്ങളും എല്ലാം ഇട്ടെറിഞ്ഞു ഒളിച്ചോടുന്നവർക്കൊപ്പം കരയുന്ന മനസ്സുമായി ഖാസിമും സഞ്ചരിച്ചു. അവ

രുടെ കൈയിലെ പിഞ്ചു കുഞ്ഞുങ്ങൾ പാലിനായി കരയുന്നത് ഖാസിം ആ മലയ്ക്ക് മുകളിലിരുന്ന് വ്യക്തമായി കേട്ടു. ദുഷ്ടന്മാർ മലയിടുക്കുകളിലേക്കും, ഒഴിഞ്ഞ കെട്ടിടങ്ങളിലേക്കും വലിച്ചിഴച്ചുകൊണ്ട് പോകുന്ന ലക്ഷോപലക്ഷം സ്ത്രീകളും കരഞ്ഞത് ഒരേ ശബ്ദത്തിലായിരുന്നെന്ന് അയാൾ തിരിച്ചറിഞ്ഞു.

അന്നും അയാൾ റേഡിയോ പ്രവർത്തിപ്പിക്കാൻ തുടങ്ങുമ്പോൾ ചെറുകല്ലുകൾ പെറുക്കിയെടുത്തു വച്ചിരുന്നു. മതം, രാഷ്ട്രീയം, ഭരണ മോഹം, പീഡനം, പ്രകടനം ഇതൊക്കെ കേട്ടാൽ വെറുക്കുന്ന പദങ്ങളായിരുന്നു അയാളെ സംബന്ധിച്ചിടത്തോളം.

വാർത്തകൾ വായിച്ചത് ഒരു പെൺകുട്ടിയായിരുന്നു. നേർത്ത ശബ്ദമുള്ള പെൺകുട്ടി. ചില്ലു ഗ്ലാസിൽ സ്പൂൺ ഉപയോഗിച്ച് മെല്ലെ ഉരസുന്നപോലുള്ള ശബ്ദമായിരുന്നു അവൾക്ക്. ദുരിതപൂർണ്ണമായ വാർത്ത പറയാൻ തീരെ യോജിക്കാത്ത ശബ്ദമെന്ന് ഖാസിം തന്നോട് തന്നെ പറഞ്ഞു. അത്തരം വാർത്തകൾ വായിക്കേണ്ടത് മയമില്ലാത്ത ശബ്ദമുള്ള സ്ത്രീകളാണ്. മുടി മുറിച്ചു കഴുത്തോളമിട്ട്, ക്രൗര്യം നിറച്ച നോട്ടത്തോടെ, ദാർഷ്ട്യം തുളുമ്പുന്ന അംഗവിക്ഷേപണങ്ങളോട് കൂടിയ ഒരു കറുത്ത പെണ്ണ്. സ്ത്രീകളെ അടുത്തറിഞ്ഞില്ലെങ്കിലും ഓരോ ശബ്ദം കേൾക്കുമ്പോഴും അയാളവരെ മനസ്സുകൊണ്ട് സൃഷ്ടിക്കുമായിരുന്നു. വാർത്തകൾ വായിക്കാനേറ്റവും നല്ലത് സ്ത്രീകളാണ് എന്ന് ഖാസിം എപ്പോഴുമോർക്കും. അവർ വരുത്തുന്ന ശബ്ദ ക്രമീകരണ സൗന്ദര്യം പുരുഷന്മാർക്കില്ല. പുരുഷന്മാർ നിർവ്വികാരതയോടെയാണ് പലപ്പോഴും വായിക്കാറുള്ളത്. ആഭ്യന്തര കലാപങ്ങൾ, ഭീഷണികൾ, തീവ്രവാദം, അവകാശപോരാട്ടങ്ങൾ, രാജ്യങ്ങൾതോറുമുള്ള ഭരണകോട്ടങ്ങൾ മറ്റൊരു കൂട്ടർ ഭരിച്ചിരുന്നെങ്കിൽ ആ നാടിനു ലഭിക്കുമായിരുന്ന നേട്ടങ്ങൾ..... പെൺകുട്ടി– നിനക്ക് നല്ലതൊന്നും പറയാനില്ലെ?

ഖാസിം ആദ്യത്തെ കല്ലെടുത്ത് താഴെക്കെറിഞ്ഞു. പുല്ലിനിടയിൽ ഉറങ്ങുന്ന പച്ചയും, ചുവപ്പും കലർന്ന തവളയുടെ പുറത്താണ് അതു വീണത്. ഞെട്ടിയെണീറ്റ് അതു ചാടി മാറി മറ്റൊരിടത്തിരുന്നു.

ഷെല്ലാക്രമണത്തിൽ മരിച്ചുവീണ സ്കൂൾ കുട്ടികളെക്കുറിച്ച് കേട്ടപ്പോൾ അയാൾ തുടയിൽ ശക്തിയായി മാന്തി. മുറിക്കാതെ നീണ്ട അയാളുടെ നഖങ്ങളേല്പിച്ച മുറിവിന്റെ നീറ്റലിന് അയാൾ തന്നെ ഒന്ന് പിടഞ്ഞു. എന്നിട്ടും തീരാത്ത മനോവ്യഥകൊണ്ട് അയാൾ തൊട്ടടുത്തു കിടന്ന പാറക്കഷണം ദൂരേക്ക് വലിച്ചെറിഞ്ഞു. തലയിൽനിന്ന് തൊപ്പിയൂരി താഴെ വച്ചു.

നല്ല നല്ല വാർത്തകളാണ് നിങ്ങൾ പറയേണ്ടത് പെൺകുട്ടി എന്നയാൾ വീണ്ടും പറഞ്ഞു. അന്നേരമയാൾ താഴ്‌വരയ്ക്കപ്പുറമുള്ള റോഡിലേക്ക് ദൃഷ്ടി പതിപ്പിച്ചിരിക്കുകയായിരുന്നു.

നേർത്ത ശബ്ദമുള്ള കുട്ടി പിന്നെ പറഞ്ഞ വാർത്ത അയാൾ ചെവി കൂർപ്പിച്ച്, ലേശം തിളക്കമുള്ള തവിട്ടു കണ്ണുകൾ പൂട്ടി പിടിച്ചാണ് കേട്ടത്.

"ഇത് പ്രതീക്ഷയേകുന്ന വാർത്തയാണ്. ലോകം ഭയക്കുന്ന കറുത്ത പ്രഭാതം പൊട്ടിവിടാതിരിക്കാൻ നമുക്കെന്തു ചെയ്യാനാവും? ചിലരെങ്കിലും അവനവനോട് ഈ ചോദ്യം ചോദിക്കാറില്ലേ? ലോകത്ത് നിന്ന് തുടച്ചു

മാറ്റപ്പെടുമോ എന്ന് നാം ഭയപ്പെടുന്ന ചില രാജ്യങ്ങളുണ്ട്. യുദ്ധം. സദാ വെടിയൊച്ചകൾ. ഷെല്ലാക്രമണങ്ങൾ. പച്ചപ്പും, പൂക്കളും, ചെടികളും, എല്ലാം നഷ്ടപ്പെട്ടുകൊണ്ടിരിക്കുന്ന കുറെ മനുഷ്യർ. അവർക്ക് ചുറ്റും ചിന്തുന്ന രക്തം വീണ് ചുവന്നു പോയ മണ്ണിലിനി ചെടികൾ വളർത്താനാവരെ സഹായിക്കാനുള്ള ഉത്തരവാദിത്വം ആർക്കാണ്?"

ആർക്കാണ്..... ഖാസിം ചോദ്യമാവർത്തിച്ചു.

"നിങ്ങൾ ഓരോരുത്തർക്കുമില്ലേ ഉത്തരവാദിത്വം. വടക്കൻ നോർവേയിലെ ആർട്ടിക്ക് പ്രദേശത്തുള്ള ഒരു നിലവറയെക്കുറിച്ച് നിങ്ങളിലധികം പേരും കേട്ടിരിക്കാനിടയില്ല. അതാണ് വിത്തുകളുടെ നിലവറ. ലോകത്തെങ്ങുമുള്ള വിത്തുകൾ സൂക്ഷിക്കുന്ന ആ നിലവറ മനുഷ്യനെ സഹായിക്കുക എന്ന ഉദ്ദേശ്യത്തോടെ മാത്രമുണ്ടാക്കിയ ഒന്നാണ്. മനുഷ്യരാശി ഒരിക്കൽ തമ്മിലടിച്ചും കലഹിച്ചും സർവ്വം നഷ്ടപ്പെട്ടവരായി ഒഴിഞ്ഞ കൈയോടെ അതിലേറെ നിരാശയോടെ നില്ക്കുമ്പോഴാണ് ഈ നിലവറയുടെ പ്രസക്തി ജനമറിയുന്നത് എന്നാ നിലവറ നിർമ്മിച്ചവരുടെ മന്ത്രമായിരുന്നിരിക്കും. ഇന്നു ലോകത്തിന്റെ കണ്ണുനീർ എന്നു വിളിക്കാവുന്ന ആ രാജ്യത്തിലേക്ക് വേണ്ടി വിത്തുകൾ പുറത്തെടുക്കുകയാണ്. എല്ലാം നഷ്ടപ്പെട്ട ഒരു രാജ്യത്തെ വീണ്ടെടുക്കാനുള്ള പല ശ്രമങ്ങൾ പലയിടങ്ങളിലും നടക്കുന്നുണ്ടെങ്കിലും ഇത് വളരെ വ്യത്യസ്തമായ ഒരു ശ്രമമായി കാണേണ്ടിയിരിക്കുന്നു. മറ്റൊരു രാജ്യത്തിന്റെ താഴ്വരയിൽ പാകി മുളപ്പിക്കുന്ന ഈ വിത്തുകൾ പതുക്കെ പതുക്കെ കണ്ണീർ രാജ്യത്തിലേക്ക് കൊണ്ടുപോകും. വേരറ്റു പോയെന്ന് പരിതപിക്കുന്ന കാർഷിക സംസ്കാരം പുനഃസൃഷ്ടിക്കപ്പെടുന്നത് ആ രാജ്യത്തെ തന്നെ വീണ്ടെടുക്കലാണെന്ന് വിശ്വസിക്കേണ്ടിയിരിക്കുന്നു. നിങ്ങളോരോരുത്തരുമീ ദൗത്യത്തിനായി മുന്നിട്ടിറങ്ങണം. വിത്തുകൾ സമാഹരിക്കണം. എന്നും എപ്പോഴും കലാപം മാത്രമായിരിക്കില്ലെന്നും, വംശവെറിയന്മാരായ ആ ദുഷ്ടവർഗ്ഗത്തെ ഒരിക്കൽ വരുതിയിലാക്കാൻ ചിലരെത്തുമെന്ന പ്രതീക്ഷയുടെ പുതുനാമ്പ് പകരുന്ന ഈ വാർത്തയോടെ ഇന്നത്തെ പ്രക്ഷേപണമിവിടെ അവസാനിക്കുന്നു."

പെൺകുട്ടി പറഞ്ഞവസാനിപ്പിച്ചു. ഒരു സംഗീതത്തോടെ വാർത്താ പ്രക്ഷേപണമവസാനിച്ചെങ്കിലും ഖാസിം എഴുന്നേറ്റില്ല. പെറുക്കി വച്ച കല്ലുകൾ അയാൾക്കരികിൽ ചെറിയൊരു കുന്നുപോലെയിരുന്നു.

അയാളുടെ തവിട്ടു കണ്ണ് തിളങ്ങിക്കൊണ്ടിരുന്നു. അയാൾ സാമാന്യം ഉറക്കെ തന്നെ സംസാരിച്ചുകൊണ്ടിരുന്നു.

"ഒടുവിൽ ഒരു നല്ല വാർത്ത നീ പറഞ്ഞിരിക്കുന്നു കുട്ടീ...... ഞാൻ പറഞ്ഞത് നീ കേട്ടിരുന്നുവോ?

എന്തായാലും, നിന്റെ നേർത്ത ശബ്ദം തന്നെയാണ് ഈ വാർത്ത പറയാനേറ്റവും യോജിക്കുന്നത്. ഒരു വെളിച്ചമെനിക്കിപ്പോ കാണാൻ സാധിക്കുന്നുണ്ട്. പ്രതീക്ഷയുടെ.... നന്മയുടെ....

ഞാൻ ഇക്കാലമത്രയും കേട്ടതിൽ വച്ചേറ്റവും സന്തോഷം നല്കുന്ന വാർത്ത. വിത്തു ശേഖരിക്കുക..... മുളപ്പിക്കുക. കണ്ണീർ രാജ്യത്തേക്ക് കൊണ്ടുപോകുക. വിത്തുകൾ ഏറെ വേണ്ടി വരും മുളപ്പിക്കാൻ. ഒരു ജനതയ്ക്കാവശ്യമുള്ളത്ര. അവർക്ക് സംഭരിച്ചു വയ്ക്കാൻ വേണ്ടത്ര.

വരുന്ന തലമുറയ്ക്ക് ഉപയോഗിക്കാൻ വേണ്ടത്രേ. നിലവറയിലെ വിത്തുകൾ നല്കാൻ വിത്തില്ലാതെ വന്നാലോ. നശിച്ചു പോകുന്ന ഓരോ ചെടിക്കും, മരത്തിനും പകരം മറ്റൊന്ന് മുളപ്പിച്ചെടുക്കേണ്ടതാണ്.

ഇനി ലോകം മുഴുവൻ തങ്ങൾ ഭുജിക്കുന്ന ഓരോ പഴത്തിന്റെയും വിത്തുകൾ ശേഖരിക്കണം. പലവ്യഞ്ജനമാണെങ്കിൽ പോലും കുറച്ചെങ്കിലും വിത്തായി സൂക്ഷിക്കണം. അതൊക്കെ മുളയ്ക്കുമോ ആവോ..... ശ്രമിക്കുന്നതിൽ തെറ്റില്ലല്ലോ.

ഇത്തരം നിലവറകൾ ലോകത്തിന്റെ വിവിധ ഭാഗങ്ങളിൽ ഉണ്ടാകണം. ഓരോ കാലാവസ്ഥയിലും സംഭരിക്കാവുന്ന വിത്തുകൾ ഏതെന്ന് വിദഗ്ദ്ധ സമിതികൾ കണ്ടെത്തണം. എന്നിട്ടവയെ ആ രാജ്യങ്ങളിലേക്ക് മാറ്റണം."

ഖാസിം ഇതെല്ലാമുരുവിട്ടുകൊണ്ടാണ് മലയിറങ്ങി വന്നത്. അന്നു കണ്ട സഞ്ചാരികളെ നോക്കി പതിവ് തെറ്റിച്ച് അയാളൊന്ന് ചിരിച്ചു. അയാളുടെ കണ്ണുകൾ കൂടെ ചിരിച്ചു. മനുഷ്യൻ എങ്ങനെ ചിരിക്കണമെന്ന് അയാൾ പെട്ടെന്നോർത്തു. കൂട്ടത്തിൽ ആ സ്ത്രീയേയും.

ഖാസിം സഞ്ചാരികൾ വലിച്ചെറിഞ്ഞു പോകാറുള്ള കായ്കനികൾ വീണു കിടക്കുന്ന മണ്ണിലേക്ക് നന്ദിയോടെ നോക്കി. ചെടിക്കരികിൽ ചവറുകൾ ഉപേക്ഷിച്ചു പോകുന്നവരെ കണക്കില്ലാതെ ശകാരിക്കുമായിരുന്ന ഖാസിമിന് ഇന്ന് അവരോടൊക്കെ നന്ദി തോന്നി. താനൊരിക്കലും കാണാനോ, ഭുജിക്കാനോ ഇടയില്ലാത്ത പഴങ്ങളുമായും, അതു വഴി വിത്തുകളുമായി വരുന്ന അവരെയൊന്നും ഇനി താൻ വഴക്കു പറയില്ലെന്ന് അയാൾ നിശ്ചയിച്ചു.

പതുക്കെ താഴെയിരുന്ന് കടിച്ച് പകുതിയായി കിടക്കുന്ന പച്ചനിറമുള്ള ആപ്പിൾ അയാൾ കൈയിലെടുത്തു. അതിനുള്ളിൽ പറ്റി പിടിച്ചിരുന്ന കടുംകാപ്പിനിറമുള്ള കുരുക്കളെ അയാൾ അടർത്തിയെടുത്തു. കൈയിലൊതുക്കിപ്പിടിച്ച വിത്തുകളുമായി അയാൾ കുടിലിനുനേരെ നടക്കുന്നത് സഞ്ചാരികൾ കൗതുകത്തോടെ നോക്കിനിന്നു. കുടിലിനുള്ളിലെ ചില്ലു പാത്രത്തിനകത്തേക്ക് അയാളാ കുരുക്കൾ നിക്ഷേപിച്ച് ആശ്വാസത്തിന്റെ ഒരു നെടുനീളൻ മൂളൽ പുറപ്പെടുവിച്ച് നടന്നു നീങ്ങി.

തുടർന്നുള്ള ദിവസങ്ങളിലൊക്കെ അയാൾ സഞ്ചാരികളെറിയുന്ന വിത്തുകൾ പെറുക്കി കൂട്ടികൊണ്ടിരുന്നു. മാസങ്ങൾ കഴിഞ്ഞു കാണും, (അതൊന്നും അയാൾ കണക്കു വയ്ക്കാറില്ല.) അയാളുടെ ഭരണിയുടെ താഴെ ഒരു ചെറിയ അടുക്ക് പോലെ ആ വിത്തുകൾ കിടന്നു. ശൈത്യകാലത്ത് താഴ്വരയിൽ ഇഴഞ്ഞെത്താറുള്ള ഒച്ചുകളെ അയാളോർത്തു. തീവ്രമന്ദഗതിയിൽ ഇഴയാറുള്ള അവയെപ്പോലെ മാത്രമേ അയാൾ ശേഖരിക്കുന്ന വിത്തുകൾ ആ കുപ്പിയിൽ നിറഞ്ഞു വരുന്നുള്ളൂ എന്നയാൾ വിഷമത്തോടെ തിരിച്ചറിഞ്ഞു. മലയരികിലെ പാതി ഉണങ്ങിയ വാൾനട്ട് മരത്തിനിടയിലെ പാറകഷ്ണത്തിൽ അയാൾ കൈയിലെ വടി കുത്തി ഇരുന്നു. അയാളുടെ മുടിയും, നീണ്ട് നെഞ്ചോളമെത്തുന്ന താടിയും മഞ്ഞ നിറത്തിലായിരുന്നു. ഇടയ്ക്കിടെ ചിന്തകൾ അയാളെ വട്ടം തിരിക്കുന്ന സമയങ്ങളിൽ അയാളാ താടിയിലൂടെ കൈയോടിക്കും. കെട്ടുപിണഞ്ഞു കിടക്കുന്ന മുടിയിഴകളെ വേർപെടുത്താൻ വെറുതെ ശ്രമിക്കും. ശരിക്കും

ഒരു തവണപോലും അയാളത് ആഗ്രഹിച്ച കാര്യമായിരിക്കില്ല. കെട്ടു പിണഞ്ഞ താടിയും, മുടിയുമൊന്നും അയാൾക്കൊരു ശല്യമോ, അസ്വ സ്ഥതയോ ആയിരുന്നില്ല. ഇപ്പോഴയാൾ സംഭ്രമത്തിനടിമപ്പെട്ടിരിക്കുന്നു. അയാൾക്കയാളുടെ വയസ്സോ, അയാളെ സംബന്ധിക്കുന്ന വിവരങ്ങളോ ഒന്നുമോർമ്മയില്ലെങ്കിലും തനിക്ക് ഈ ലോകത്തിനാവശ്യമായ വിത്തു കൾ സംഭരിക്കാനീ താഴ്‌വരയിൽ ഇരുന്നാൽ സാദ്ധ്യമാകില്ലെന്ന വിവരം മാത്രം മനസ്സിലായി കഴിഞ്ഞിരുന്നു. ഇനിയെങ്ങനെ എന്ന ചിന്ത അയാ ളിൽ എത്ര വേരോടിയിരിക്കുന്നു എന്നത് അസ്വസ്ഥമായ തന്റെ ചലന ങ്ങളിൽനിന്നും, അയാൾ മനസ്സിലാക്കി കഴിഞ്ഞിരിക്കുന്നു.

താഴ്‌വരയോടും, മഞ്ഞപ്പൂക്കളോടും, ഏകാന്തവാസത്തോടുമൊക്കെ പൊടുന്നനെ അയാൾക്ക് ചെടിപ്പ് തോന്നി. ആദ്യമായി എന്തോ ചെയ്തു തീർക്കേണ്ടതുണ്ടെന്ന ബോധമയാളിൽ കുടിയേറി. തോടുപോലെ തന്റെ ശരീരത്തിൽ പറ്റി പിടിച്ച താഴ്‌വരയോടുള്ള ആത്മബന്ധം അടർന്ന് വീണത് അയാൾ അത്ഭുതത്തോടെ തന്നെ വീക്ഷിച്ചു.

പിന്നീടൊരിക്കൽ പോലും വിത്തുശേഖരണത്തെക്കുറിച്ച് റേഡിയോ വിലെ പെൺകുട്ടികൾ പരാമർശിച്ചില്ല. എന്നാലുമയാൾ ഇക്കാര്യം മന സ്സിൽ കുറിച്ചിട്ടു കഴിഞ്ഞിരുന്നു. ലോകത്തിനായൊരു വിത്തുശാല...... അതിനായി ആരെ കാണാനും അയാളുടെ മനസ്സു പാകപ്പെട്ടത് വെറും ചില ദിവസങ്ങൾകൊണ്ടു മാത്രമായിരുന്നു.

മഞ്ഞപ്പൂക്കൾ കാണാൻ സഞ്ചാരികൾ ഒഴുകിയെത്തിയ ഒരു പക ലിൽ അയാളാ ഭരണിയൊരു ചാക്കിൽ പൊതിഞ്ഞെടുത്തു. നീളൻ ജാക്കറ്റു ധരിച്ച്, തന്റെ താമസസ്ഥലത്തു ഉപയോഗിച്ചിരുന്ന സർവ്വ വസ്തുക്കളും ഒരു ചെറിയ സഞ്ചിയിൽ ആക്കി പൂക്കൾക്കിടയിൽ വന്നു നിന്നു.

എവിടേക്കും പോകാം..... പോകാതിരിക്കുക കൂടിയാവാം. പക്ഷേ, അവിടം വിടാനുള്ള നേരമായെന്ന് ഖാസിം കൃത്യം മനസ്സിലാക്കി കഴി ഞ്ഞിരുന്നു.

അയാൾ കുറച്ച് ദിവസങ്ങളായി കള പറിക്കാറില്ല. ചെടിയുടെ കീഴിലെ മണ്ണിൽ കൈകൊണ്ട് മാന്തി ഇരിക്കാറില്ല. ചുള്ളികൾ പെറുക്കി ക്കൂട്ടി ലോറിക്കാരെ അന്വേഷിച്ച് താഴ്‌വരയുടെ മറുവശത്തേക്ക് നടക്കാ റില്ല. രാത്രി കാലങ്ങളിൽ കരിന്തേളുകൾ പൂവിനുള്ളിലേക്കരിച്ചു കയറു ന്നത് നോക്കി നില്ക്കാറില്ല. ഭക്ഷണം പോലും കൃത്യമായി കഴിക്കാറില്ല. പല പാത്രങ്ങളും ഒഴിഞ്ഞിരിക്കുന്നു. പൊതുവെ അയാൾക്ക് സർവ്വ ദിന ചര്യകളോടുമുള്ള താല്പര്യം നഷ്ടപ്പെട്ടിരിക്കുന്നു. കണ്ണീർ നാടിനുള്ള വിത്തു സംഭരിക്കാനായി മാത്രമാണ് താനീ കാലമൊക്കെ ജീവിച്ചതെന്നു പോലും അയാൾക്ക് തോന്നി തുടങ്ങിയിരുന്നു.

സഞ്ചാരികൾ പതിവുപോലെ അയാളെ ശ്രദ്ധിക്കാതെ പൂക്കൾക്കി ടയിലും, താഴ്‌വരയിലെ തണൽമരങ്ങൾക്കടുത്തും ചുറ്റി നടക്കുന്നതിനി ടയിൽ, പ്രത്യേകിച്ചാരോടും ഒന്നും പറയാതെ ആ താഴ്‌വരയുടെ മുഷ്ടി ക്കുള്ളിൽ നിന്നയാൾ നടന്നിറങ്ങി. അയാളുടെ പിന്നിലെ സഞ്ചിപ്പുറത്ത് രണ്ടു കരിന്തേളുകൾ തൂങ്ങി കിടപ്പുണ്ടായിരുന്നു.

ബാർ കോഡുകൾ

സി പി കൃഷ്ണകുമാർ

ഒന്ന്:

സ്മാർട്ട് ഫോണിനുള്ളിൽ ഡിജിറ്റയ്സ് ചെയ്ത മനുഷ്യ ബന്ധങ്ങൾ. ഔദ്യോഗിക വിനിമയങ്ങൾക്ക് ഒപ്പം ഗിഗബയ്റ്റ് കണക്കിന് വിനോദവും, വിജ്ഞാനവും കൈപ്പത്തിക്കുള്ളിൽക്കൊണ്ട് നടക്കുന്ന ചെറുപ്പക്കാർ. അവർക്കിടയിൽ എന്നെപോലെ ഉള്ള ചുരുക്കം വിചിത്ര സഹയാത്രികർ. സ്മാർട്ട് ഫോൺ കൂടാതെ ഒരു വാലറ്റു മാത്രമേ പുത്തൻ തലമുറയിലെ കൈയിലുണ്ടാവൂ. ചിലരുടെ കൈയിൽ ഒരു ലാപ്ടോപ്പ് ബാഗ് കൂടിയുണ്ട്. മൊബൈൽ ഫോണിൽ സംസാരം കഴിഞ്ഞാൽ, ചുറ്റും ഉള്ള യാത്രക്കാരോട് വർത്തമാനം പറയാൻ അവർക്ക് അധികം നേരമില്ല. ലാപ്ടോപ്പിന്റെയും സ്മാർട്ട് ഫോണിന്റെയും സ്ക്രീനിലാവും അവരുടെ കണ്ണുകൾ. എങ്കിലും ലോക്കൽ ട്രെയിനിലെ പൊതുവായ പെരുമാറ്റ ചട്ടങ്ങൾ അവരും പിന്തുടരുന്നു. നില്ക്കാൻ ഇത്തിരി ഇടത്തിനായി വഴക്കിട്ടവർ, കുറച്ച് കഴിയുമ്പോൾ താനിരുന്ന സീറ്റ്, നിന്ന് ക്ഷീണിച്ച മറ്റൊരാൾക്കായി ഒഴിഞ്ഞു കൊടുക്കും.

ഇവിടെ സൗഹൃദത്തിന് പ്രായവും ജോലിയും പഠിപ്പും, ഒന്നും ഒരു കടമ്പ ആവില്ല. കൊടുക്കൽ വാങ്ങലുകൾ ഇല്ലാതെയും പരസ്പരം ഒരുപാടു അറിയാതെയും നിലനില്ക്കുന്ന സൗഹൃദങ്ങൾ.

ടിഫിൻ ബോക്സ്, പ്ലാസ്റ്റിക് കുപ്പിയിൽ തിളപ്പിച്ചാറിയ വെള്ളം, മലയാള ആനുകാലികം, വഴിയോരത്തുനിന്നും ലാഭ വിലയ്ക്ക് വാങ്ങിയ ഇംഗ്ലീഷ് നോവൽ, ഒരു ടവൽ. രാവിലെ ഓഫീസിലേക്ക് പോകുമ്പോൾ ഇത്രയും സാധനങ്ങൾ ബാക് പാക് ബാഗിൽ ഉണ്ടാവും. വൈകിട്ട് വീട്ടിലേക്കു മടങ്ങുമ്പോൾ ഓഫീസിൽനിന്നും എടുത്ത ഇന്നത്തെ *ടൈംസ് ഓഫ് ഇന്ത്യ*യും കൂടി അതിന്റെ ഭാഗമാവും. പതിനഞ്ചു വർഷം മുൻപ് വരെ ബാഗിന് പകരം ഒരു ബ്രീഫ് കേസായിരുന്നു കൊണ്ടുപൊയ്ക്കൊ

ണ്ടിരുന്നത്. എതിർ സീറ്റുകളിൽ ഇരിക്കുന്ന സഹയാത്രികരുടെ മടിയിൽ വച്ച സ്യൂട്ട്കേസ് ചീട്ടു കളിക്കാൻ ഉള്ള മേശയാകും.

കാലം ശീലങ്ങൾ മാറ്റി. ഒപ്പം യാത്ര ചെയ്ത പലരും ഇപ്പോൾ ഫസ്റ്റ് ക്ലാസിൽ യാത്ര ചെയ്യുന്നു. ചിലർ നഗരത്തിലെ മറ്റു സ്ഥലങ്ങളിലേക്ക് താമസം മാറി രാവിലത്തെ ട്രെയിൻ യാത്ര തന്നെ ഒഴിവാക്കി. രണ്ടു സഹയാത്രികർ ഹിന്ദി സീരിയലുകളിലെ നടന്മാർ ആയി. ചിലർ സ്വന്തം ബിസിനസ് തുടങ്ങി. ഒരാൾ ഓഹരി കമ്പോളത്തിൽ കോടികൾ കൊയ്ത്, ടെലിവിഷനിൽ ഇൻവെസ്റ്റ്മെന്റ് കൺസൾട്ടന്റ് ആയി പ്രത്യക്ഷപ്പെടുന്നു. ബ്രീഫ് കേസിന്റെ സ്ഥാനത്ത് ബാക് പാക് ബാഗ് വന്നു എന്നതൊഴികെ എന്റെ യാത്രാശീലങ്ങളിൽ വലിയ മാറ്റം വന്നില്ല. മൂന്നാൾക്ക് വേണ്ടി യുള്ള സെക്കന്റ് ക്ലാസ് കമ്പാർട്ട്മെന്റ് സീറ്റിൽ തിക്കി ഇരിക്കുന്ന നാലാ ളിൽ ഒരാളായി ഞാൻ എന്ന വക്കീൽ ഗുമസ്തൻ ഇന്നും രാവിലെ യാത്ര ചെയ്യുന്നു. കാലത്തിനൊത്ത് മാറാൻ അറിയാത്ത പഴഞ്ചൻ മനുഷ്യൻ എന്ന് സഹയാത്രികർ നിർവ്വചിക്കുമ്പോൾ നിർവ്വികാരതയുടെ ഗുഹാന്ത രങ്ങളിൽ സ്വയം ഒളിക്കും.

ഭജനപ്പാട്ടുകാരും, ചീട്ടുകളിക്കാരും കമ്പ്യൂട്ടറിൽ ഗെയിം കളിക്കു ന്നവരും, പത്രമോ പുസ്തകമോ വായിച്ചിരിക്കുന്നവരും, ഷെയർ മാർക്കറ്റു നിലവാരം പറഞ്ഞിരിക്കുന്നവരും ഒക്കെകൂടി ലോക്കൽ ട്രെയിനിന്റെ കമ്പാർട്ട്മെന്റിനുള്ളിൽ നാനാത്വത്തിലെ ഏകത്വവുമായി അവരവരുടെ ദിവസം തുടങ്ങും. ഇന്നത്തെ ദിവസം തുടങ്ങിയതും അങ്ങനെ തന്നെ.

മറയിൻ ലയിൻസ് സ്റ്റേഷനിൽ ഇറങ്ങുമ്പോൾ മഴ ചാറുന്നുണ്ട്. ഔദ്യോഗിക കാലാവസ്ഥ പ്രവചനങ്ങളിൽ വിശ്വാസം കുറവായതിനാൽ കൈയിലെ ബാഗിൽ ഒരു കുട വയ്ക്കാൻ മടി കാട്ടി. മഴ കൂസാതെ, അവരവരുടെ ജോലി സ്ഥലങ്ങളിലേക്ക് പോകുന്നവരിൽ ഒരുവനായി ഞാനും. ടയിലുകൾ പതിച്ച ഫുട്പാത്തിലൂടെ വേഗത്തിൽ നടക്കുമ്പോൾ ചിലപ്പോഴൊക്കെ ഷൂ തെന്നുന്നു. കൈയിലെ ബാഗ് വേഗത്തിൽ നടക്കു ന്നതിനു അസൗകര്യം ആവുന്നു. മിനുസം ഉള്ള ടയിലുകളിലെ മഴവെ ള്ളത്തിൽ തെന്നി വീഴാതിരിക്കാൻ ശ്രദ്ധിക്കണം. അതിനാൽ മുൻപിലും പിൻപിലും ഉള്ളവരെ ഒന്നും നോക്കാതെയാണ് നടത്തം.

പൊടുന്നനെ, പുറകിൽനിന്ന് ഒരാൾ എന്നെ തള്ളിക്കൊണ്ട് മുൻപോട്ടു പായുന്നു. അത് ആരെന്നു തിരിഞ്ഞു നോക്കാൻ പോലും ആവുന്നില്ല. തള്ളിന്റെ ശക്തിയിൽ കാലുകൾ എന്നെ അനുസരിക്കാതെ അതി വേഗത്തിൽ ഉയരുകയും താഴുകയും ചെയ്യുന്നു. മുപ്പത് അടിയോളം മുൻപിൽ എത്തിയപ്പോൾ രണ്ടാളും ഫുട്പാത്തിൽ വീഴുന്നു.

കൈയിൽനിന്നും വഴുതി തെറിച്ച ബാഗ്, അതിരു മതിലിൽ തട്ടി തെന്നി വന്നത് എന്റെ തൊട്ടടുത്ത്. അത് ഇടത്തെ കൈകൊണ്ട് എടുത്തു കൊണ്ടാണ് എഴുന്നേറ്റത്. എന്നെ തള്ളിയിട്ട ആൾക്ക് എഴുന്നേല്ക്കാൻ ഇത്തിരികൂടി നേരം വേണ്ടി വന്നു. എന്റെ തുറിച്ച കണ്ണുകൾ അയാൾക്ക് നേരെ. നീണ്ടു മെലിഞ്ഞ ശരീരം. ഒട്ടിയ നീണ്ട മുഖം. മുഷിഞ്ഞു കറ പിടിച്ച വസ്ത്രം. ഏതാണ്ട് അരയറ്റം നീണ്ട മുടി. അറിയാവുന്ന ഏറ്റവും

മോശപ്പെട്ട തെറി വാക്കിനൊപ്പം അയാളെ വിളിച്ചത് ഭ്രാന്തൻ എന്നാണ്. ഉള്ളിലെ ക്രോധം വലതു കൈവെള്ളയിലൂടെ അയാളുടെ മുഖത്ത് ഊക്കിൽ പതിച്ചു. ആദ്യമായാണ് ഒരാളെ അടിക്കുന്നത്. നൊന്തു കാണണം. അയാൾ കുത്തിയിരുന്നു മുഖം പൊത്തി.

തൊട്ടടുത്തുനിന്നും ഒരാളിന്റെ പുച്ഛം കലർന്ന വാക്കുകൾ. "സാലെ... ബേ ശരം.... ഉസനേ തുമാരാ ജാൻ ബചായാ ഔർ തും....."

നഗരത്തിന്റെ വേഗത കാലുകളിൽ ആവാഹിച്ചവരെല്ലാം ഒരു നിമിഷത്തേക്ക് നിശ്ചലർ. ഇരു ദിക്കിലേക്കും നടന്നിരുന്നവരുടെ എല്ലാം കണ്ണുകൾ, എനിക്കു ഇത്തിരി പിന്നിൽ ഫുട്പാത്തിൽ ഇടിച്ചു കയറിയ ബസിലേക്ക്. അടുത്ത നിമിഷത്തിൽ അവരിൽ ഒരുപാടു പേർ ബസിനടുത്തേക്ക് ഓടുന്നു. അപകടം പറ്റിയവരെ രക്ഷിക്കാൻ. എന്നോടു വൃത്തികെട്ട ഭാഷയിൽ സംസാരിച്ച ആളും അവരിൽ ഒരാളാവുന്നു.

വണ്ടിക്കടിയിൽ പെടാതെ എന്നെ രക്ഷിച്ച ആൾ അടികൊണ്ട് കുത്തിയിരുന്നിടത്തേക്ക് നോക്കി. ആൾക്കൂട്ടത്തിൽ അയാൾ മാഞ്ഞുപോയിരിക്കുന്നു. മനസ്സിലെ ക്രോധം ആത്മനിന്ദയാവാൻ ഒരു നിമിഷം മാത്രം. അയാളെ തല്ലിയ കൈകൊണ്ട് സ്വന്തം കരണത്ത് ആഞ്ഞ് അടിച്ചു.

നീണ്ട മുടിയുള്ള മുഷിഞ്ഞ വസ്ത്രം ധരിച്ച മെലിഞ്ഞ വൃദ്ധനെ ബസിനടുത്തും ഫുട്പാത്തിൽ നടക്കുന്നവർക്ക് ഇടയിലും തിരഞ്ഞു. ബസിനു ചുറ്റും പൊലീസുകാർ വന്നു വലയം തീർത്തു. പിന്നെയും ഒരുപാടു നേരം ഞാൻ അയാളെ പരതി നടന്നു.

മഴമാറി. എങ്കിലും ഇടയ്ക്കിടെ ഓരോ നേർത്ത തുള്ളികൾ പൊടിയുന്നുണ്ട്. സൂര്യന്റെ ചൂടും വെളിച്ചവും കറുത്ത മേഘങ്ങളുടെ പല പാളികൾക്ക് അപ്പുറം, തടഞ്ഞു വയ്ക്കപ്പെട്ടിരിക്കുന്നു. എന്നിട്ടും ശരീരം ആകെ വിയർപ്പ്. ഞാൻ തിരഞ്ഞ വൃദ്ധനെ കാണാനായില്ല എന്ന നിരാശയോടെ ഓഫീസിലേക്ക്. കൈയിലെ ബാഗിന്റെ ഭാരം താങ്ങാവുന്നതിൽ കൂടുതൽ ആണെന്ന് തോന്നി. ഓഫീസിന്റെ ദിക്കിലേക്ക് തന്നെയാണ് നടക്കുന്നതെങ്കിലും ദൂരം കൂടിക്കൂടി വരുന്നെന്നും.

കാഴ്ചയിൽ അസാധാരണത്വം ഉള്ള, ഭ്രാന്തൻ എന്ന് എനിക്കു തോന്നിയ ആളിനെ ഏതു ആൾക്കൂട്ടത്തിലും പെട്ടെന്ന് തിരിച്ചറിയാൻ സാധിക്കും. ഉടനെ തിരഞ്ഞിട്ടും കാണാനായില്ല. 'സോറി' എന്ന് മനസ്സിൽ നൂറുവട്ടം ആവർത്തിച്ചെങ്കിലും, നേരിൽ 'മാപ്പ്' എന്നൊരു വാക്ക് പറഞ്ഞില്ല.

അയാൾ ആരെന്നോ, പേര് എന്തെന്നോ അറിയില്ല. ആളുകളെ ഓരോ പേരിനൊപ്പം ഓർത്തിരിക്കുന്നതാണ് ശീലം. യഥാർത്ഥ പേര് അറിയും വരെ ഇയാളെ ഓർമ്മിക്കാൻ പറ്റിയ ഒരു താല്ക്കാലിക പേര് ആവശ്യമാണ്. കൺകെട്ടുവിദ്യക്കാരൻ, മായാവി, കൃശഗാത്രൻ.... അങ്ങനെ പല പേരുകളും സ്വയം പറഞ്ഞു നോക്കി. ഈ മനുഷ്യനോടു ഇപ്പോൾ തോന്നുന്ന ആദരവുമൂലം ഇവയൊന്നും അയാളെ വിളിക്കാൻ യോഗ്യം ആയവയല്ലെന്ന് മനസ്സ് പറഞ്ഞു. 'ദൈവം' എന്നൊരു പേര് യോജിക്കും എന്ന് തോന്നിയെങ്കിലും അതും വേണ്ടന്ന് വച്ചു.

ഓഫീസ് കെട്ടിടത്തിനു അടുത്ത് എത്തിയപ്പോൾ സിഗരറ്റ് പാൻ പെട്ടിക്കടക്കാരൻ തൊട്ടപ്പുറത്തുള്ള ചായ വില്പനക്കാരനോടു പറയുന്നത് കേട്ടു " അരേ സുദാമാ ഏക് കട്ടിങ് ചായ് ലാവോനാ."

ഒരു പേര് തേടുന്ന എനിക്ക് സുദാമാ എന്ന സംബോധന ശ്രദ്ധിക്കാതിരിക്കാൻ ആയില്ല. മനസ്സിൽ ഉടനെ എത്തിയത് ആ പേരിന്റെ പര്യായം. കുചേലൻ. മുഷിഞ്ഞ വസ്ത്രം ധരിച്ചവൻ. എന്ന തെരുവിൽ വച്ച് രക്ഷിച്ച മനുഷ്യന്റെ രൂപത്തോട് ചേർത്ത് മനസ്സിൽ സൂക്ഷിക്കാൻ പറ്റിയ പേര്, ഭ്രാന്തൻ, മായാവി, ദൈവം എന്നൊന്നും അല്ല....... കുചേലൻ എന്നു തന്നെ ആവട്ടെ അയാൾക്കുള്ള പേര്.

ഓഫീസിൽ എത്തി. ബാഗ് മേശയ്ക്കു അരികിൽ വച്ചിട്ട് വാഷ്റൂമിലേക്ക്പോയി. വഴിയിൽ വീണപ്പോൾ, വസ്ത്രത്തിൽ പറ്റിയ ചെളി കഴുകി. കസേരയിൽ വന്നിരുന്നു. ഫാനിന്റെ കാറ്റിൽ ഷർട്ടിലെ നനവ് ഉണങ്ങും. പ്യൂൺ കേരു, ചായ കൊണ്ടുവന്നു.

"സാബ്, ആക്സിഡന്റ് ദേഖാ...? കം സെ കം ദസ് പന്ത്രാ ജൻ മർ ഗയാ."

അങ്ങനെ ചത്തവരിൽ ഒരാളാവണ്ട ഞാൻ, എന്ന രക്ഷിച്ച കുചേലനെ തല്ലിയിട്ടു വന്നിരിക്കുകയാണ് എന്ന് പറഞ്ഞില്ല.

"ദേഖാ ..... മേം ഏക്ദം കരീബ് ധാ...." എന്ന് മാത്രം മറുപടി നല്കി.

വിരലുകൾ കമ്പ്യൂട്ടറിന്റെ കീബോർഡിൽ സഞ്ചരിച്ചു. ശുക്ലാ സാബ് വരുന്നതിനു മുമ്പ് പ്രിന്റ് എടുക്കേണ്ട രേഖയാണ്. ഭർത്താവിനെതിരെ കേസ് കൊടുത്തു വിവാഹമോചനം നേടിയ ശേഷം മറ്റൊരു പുരുഷന് ഒപ്പം കഴിയുന്ന സ്ത്രീക്ക് വേണ്ടി തയ്യാറാക്കുന്ന ഹർജി. ആദ്യ ഭർത്താവ് ബന്ധം പിരിയും മുൻപ് മിക്ക സ്വത്തും വാങ്ങിയത് അവളുടെ പേരിൽ. അവയെല്ലാം അവൾക്കു മാത്രം അവകാശപ്പെട്ടവ. അയാൾക്ക് ആകെ ഉള്ളത് ഇപ്പോൾ താമസിക്കുന്ന ഒരു ചെറിയ വീട് മാത്രം. ആ വീടിന്റെ പകുതിക്കും കൂടിയുള്ള അവകാശം നേടാനുള്ള ഹർജി. വലിയ വക്കീൽ വാദിച്ചാൽ വിജയിക്കും എന്ന് ഉറപ്പുള്ള കക്ഷിക്ക്, ശുക്ലാ സാബ് തന്നെ ആവണം അവരുടെ വക്കീൽ എന്ന് നിർബ്ബന്ധം ഉണ്ട്.

മനസ്സിൽ അപകടത്തിന്റെ ദൃശ്യങ്ങൾ ഓരോന്നായി തെളിഞ്ഞുകൊണ്ടിരുന്നു. മുറിഞ്ഞു തെറിച്ച കൈ ചതഞ്ഞരഞ്ഞ കാല്, ഫുട്ട് പാത്തിൽ നിന്നും റോഡിലേക്ക് ഒഴുകുന്ന രക്തം. തുറിച്ച കണ്ണും, ചതരഞ്ഞരഞ്ഞ ദേഹവുമായി കിടക്കുന്ന മൃതദേഹം. ചോര പുരണ്ട വസ്ത്രവുമായി ഭയന്ന് കരഞ്ഞ് ഓടുന്നവർ. ചലനം ഇല്ലെങ്കിലും അല്പം ശ്വാസം ബാക്കി ഉള്ളവരെ ആംബുലൻസിലേക്ക് എടുക്കാൻ സഹായിക്കുന്ന വഴിപോക്കർ. അവർക്കിടയിൽ മാഞ്ഞുപോയ കുചേലന്റെ രൂപം. ഭയവും അനുകമ്പയും ഞെട്ടലും ഒക്കെകൂടി സമ്മിശ്രമായ മനസ്സ് അസ്വസ്ഥം. എങ്കിലും ടൈപ്പ് ചെയ്യുന്നതിൽ തെറ്റ് വരാതെ ശ്രദ്ധിച്ചു. ശുക്ലാ സാബ് സമർപ്പിക്കുന്ന ഹർജികളിൽ ഒരു തെറ്റ് പോലും ഉണ്ടാവാൻ പാടില്ല. ഭാവിയിലെ നിയമ വിദ്യാർത്ഥികൾ വായിക്കാൻ സാദ്ധ്യത ഉള്ളതാണ് ഞാൻ തയ്യാറാക്കുന്ന ഓരോ രേഖകളും എന്നുകൂടി ഓർത്താണ് ടൈപ്പ് ചെയ്യുന്നത്.

നിയമങ്ങൾ എല്ലാം ഉണ്ടാക്കിയിരിക്കുന്നത് ശുക്ലാ സാബിന്റെ കക്ഷികൾക്ക് വേണ്ടിയാണ് എന്ന് തോന്നിപ്പിക്കുംവിധമാണ് അദ്ദേഹം കേസുകൾ വാദിക്കുന്നത്. എതിർ കക്ഷിക്ക് പഴുതുകൾ കാണാനാവാത്ത വിധം നിയമത്തിലെ വകുപ്പുകളും ഉപവകുപ്പുകളും മുൻപ് ഉള്ള സമാന കേസുകളുടെ വിധിയും ഒക്കെയുമായി മാത്രമേ ശുക്ലാ സാബ് കോടതിയിൽ പോവുകയുള്ളൂ. കേസ് നീട്ടിക്കൊണ്ടു പോവുക എന്ന തന്ത്രമാണ് മിക്കപ്പോഴും എതിർ കക്ഷി ചെയ്യുക. എന്നിട്ടും ചുരുക്കം കേസുകളിൽ ശുക്ലാ സാബ് തോല്ക്കുമ്പോൾ നിയമത്തിന്റെ വിജയം എന്നും ശുക്ലാ സാബിന്റെ സൂത്രം എന്നും രണ്ടു അഭിപ്രായങ്ങൾ കേൾക്കാം.

രണ്ട്:

മഴക്കാലത്ത് കടകളുടെ തിണ്ണയിലും മറ്റും ഉറങ്ങിയിരുന്നവരിൽ പലരും ഇപ്പോൾ രാത്രി കിടക്കുന്നത് വഴിയോരത്താണ്.

രാത്രി രണ്ടു മണി.

ഫുട്ട് പാത്തിലേക്ക് പാഞ്ഞു കയറിയ കാറിന്റെ ചക്രങ്ങൾക്ക് അടിയിൽ പെട്ട, മെലിഞ്ഞ ശരീരവും നീണ്ട മുഖവും ഉള്ള മുടി നീട്ടി വളർത്തിയ പുരുഷൻ അപ്പോൾ തന്നെ മരിച്ചു. ഉദ്ദേശം അൻപത്തിയഞ്ചു വയസ്സിനടുത്ത് പ്രായം കാണും.

ഇലക്ട്രിക് പോസ്റ്റിൽ തട്ടി നിന്ന കാറിനു ഒരു കേടും ഉണ്ടായില്ല. കാറിൽ ഒരു ചെറുപ്പക്കാരി മാത്രം.

കാർ പിന്നിലേക്ക് എടുത്തശേഷം റോഡിലൂടെ മുൻപോട്ടു ഓടിക്കുവാൻ ശ്രമിക്കുമ്പോൾ തെരുവോരത്തും കടത്തിണ്ണയിലും കിടന്നുറങ്ങിയിരുന്നവർ കാറിനു ചുറ്റും കൂടി. കാർ ഓടിക്കുന്ന ചെറുപ്പക്കാരി മൊബൈൽ ഫോൺ എടുത്തു വിളിച്ചത് മുതിർന്ന വക്കീൽ ഹെമേന്ദ്ര ശുക്ലയെ. പിന്നെ പൊലീസിനെയും.

കാറിനു ചുറ്റും ഉള്ളവർക്ക് ഏറെ ക്രോധം. ഒരാൾ കാറിന്റെ വിൻഡ് ഷീൽഡ് അടിച്ചു പൊട്ടിച്ചു. മറ്റൊരാൾ കൈയിലെ വടികൊണ്ട് കാറിന്റെ ബോണറ്റിൽ ആഞ്ഞടിച്ചു. ഭയചകിതയായ ചെറുപ്പക്കാരി കാറിന്റെ വാതിൽ തുറന്നു. തൊഴുകൈയോടെ പുറത്തിറങ്ങി.

“ആനന്ദി.... ആനന്ദി.....” ഇത്തിരി മുൻപ് തെറി വിളിച്ചവർ, ആരാധനയോടെ ഉച്ചത്തിൽ ആ ചെറുപ്പക്കാരിയുടെ പേര് ആവർത്തിച്ചു വിളിച്ച് സന്തോഷിക്കുന്നു. അവൾ വളരെ പ്രശസ്തയായ സിനിമാ നടിയാണ്. ആരാധകർക്ക് പ്രിയപ്പെട്ടവൾ.

കൈയിലെ വിറയൽ മാറി എങ്കിലും, നടി കൂപ്പിയ കൈകൾ അങ്ങനെ തന്നെ വച്ചു. ചുറ്റും കൂടിയിരുന്നവരിൽ ആറേഴു പുരുഷന്മാർ, നടിക്കു ചുറ്റും വലയം തീർത്തു സംരക്ഷണം നല്കി. മറ്റുള്ള തെരുവുവാസികൾ നടിയെക്കാണാൻ തിക്കും തിരക്കുമിട്ടു.

പൊലീസുകാർ എത്തി.

നടിക്ക്, കാർ അടിച്ചു തകർത്തതിൽ പരാതിയില്ല. ചുറ്റും കൂടിയവരെ പറ്റി മോശമായി ഒന്നും പറയാനില്ല.

പൊലീസുകാർ ഫുട്പാത്തിൽ കിടക്കുന്ന മൃതദേഹത്തിന് അടുത്തേക്ക് .

"ഈ കിടക്കുന്ന ആളിനെ ആരെങ്കിലും അറിയുമോ?"

നിശ്ശബ്ദത ആണ് മറുപടി.

ചോദ്യം ആവർത്തിക്കപ്പെട്ടു.

"ഇല്ല......" എന്ന് ഒറ്റ തിരിഞ്ഞ ചില ശബ്ദങ്ങൾ.

അപ്പോഴേക്കും മുതിർന്ന വക്കീൽ ഹെമേന്ദ്ര ശുക്ല വന്നു.

വക്കീൽ പൊലീസുകാരോടും, നടിയോടും സംസാരിച്ചു.

പിന്നെ കാര്യങ്ങൾ വേഗത്തിൽ.

മൃതദേഹം കയറ്റിയ ആംബുലൻസ്, മുനിസിപ്പൽ ആശുപത്രിയിലേക്ക്.

ചില്ല് പൊട്ടിയ കാറ് "ടോ" ചെയ്തു കൊണ്ടുപോയി.

നടി വക്കീലിന്റെ കാറിൽ കയറി. ഒപ്പം അടുത്തു നിന്ന മൂന്നു പുരുഷന്മാരും. കാർ പൊലീസ് ജീപ്പിനെ പിന്തുടർന്നു. പാൻ കാർഡും, ആധാർ കാർഡും, റേഷൻ കാർഡും ഇല്ലാത്തവരുടെ വിരലടയാളം വിലപ്പെട്ടതാവുന്നു. എഫ് ഐ ആറിൽ സാക്ഷികളുടെ വിലാസം തെരുവോരം എന്ന് രേഖപ്പെടുത്തി.

റോഡിനു മദ്ധ്യത്തിലും, അരികുകളിലും ഉള്ള ചെടികൾ നനയ്ക്കാൻ വെളുപ്പിന് വരാറുള്ള വാട്ടർ ടാങ്കർ നേരത്തെ എത്തി. മൃതദേഹം കിടന്നിടത്ത് ഏതാണ്ട് അര ടാങ്കർ വെള്ളം ഒഴിച്ചു കഴിഞ്ഞ്, മറ്റു ചെടികൾ നനയ്ക്കാൻ തുടങ്ങി.

ഫുട്പാത്തിലും, കടത്തിണ്ണയിലും ഉറങ്ങാനുള്ളവർ അവരവരുടെ ഇടങ്ങളിലേക്ക് മടങ്ങി.

മൂന്ന്:

"ദാമോദര കൈമളെ, നിങ്ങൾക്ക് എന്നെ മനസ്സിലായില്ലേ. നിങ്ങളെ അപകടത്തിൽനിന്നും രക്ഷിച്ച ആൾ..."

"മനസ്സിലാവാതിരിക്കുമോ.... കുചേലൻ..... ഞാൻ ഒരുപാടു തിരഞ്ഞിട്ടും വീണ്ടും കാണാൻ സാധിക്കാതെ പോയ കുചേലൻ..... സഹായിച്ചതിന് പകരം കരണക്കുറ്റി നോക്കി അടിച്ചതിനു...."

"അപ്പോൾ മറന്നില്ല....!"

"ക്ഷമിക്കണം...... മാപ്പ് ചോദിക്കാനായാണ് ഞാൻ നിങ്ങളെ തിരഞ്ഞത്.... നിങ്ങൾ പെട്ടെന്ന് എവിടെ പോയതാണ്...."

"ഞാൻ എങ്ങും പോയില്ല. അടി കൊണ്ട വേദന മാറാൻ ഇത്തിരി നേരം ഇരുന്നു. പിന്നെ ബസിന്റെ അടിയിൽ പെട്ട കുറച്ചു പേരെ രക്ഷിച്ചു"

"ഞാൻ റോഡിന്റെ ഇരുവശത്തും ഉള്ള ഫുട്പാത്തിൽ തിരക്കി നടന്നു"

"ഞാൻ നിങ്ങളെ കണ്ടു. അപ്പോൾ മരിക്കാറായ ഒരാളെ ആംബുലൻസിൽ എത്തിക്കാൻ ശ്രമിക്കുകയായിരുന്നു. എന്നിട്ട്...."

"എന്നിട്ട്....?"

“തോറ്റു........ അയാൾ മരിച്ചു പോയി.” ആർദ്രമായ മറുപടി.

അല്പനേരത്തെ നിശ്ശബ്ദത ഭഞ്ജിച്ചു ചോദ്യം.

“കുചേലൻ.... നിങ്ങൾ എന്ത് ജോലി ചെയ്യുന്നു. എവിടെയാണ് താമസം?”

“അങ്ങനെ ജോലി ഒന്നും ഇല്ല. പ്രത്യേകിച്ച് ഒരു താമസ സ്ഥലവും ഇല്ല.”

“പിന്നെ എങ്ങനെ ജീവിക്കുന്നു?”

“ഇഷ്ടം ഉള്ളതൊക്കെ ചെയ്തു ജീവിച്ചു....”

“എന്ന് വച്ചാൽ ചില്ലറ ജോലിയൊക്കെ ചെയ്തു കിട്ടുന്നതു കൊണ്ട്...?”

“അങ്ങനെ വിചാരിച്ചോളൂ...”

“ക്ഷമിക്കൂ.... നിങ്ങളുടെ പേര് അറിയാത്തതുകൊണ്ട് ഓർത്തിരിക്കാൻ ഞാൻ കുചേലൻ എന്ന്...”

“നന്നായി. ആ പേരിനു ഒരു ഉപയോഗം ഉണ്ടായല്ലോ.”

“നിങ്ങളുടെ യഥാർത്ഥ പേര് എന്താണ്?”

“എനിക്ക് ഒരു പേര് ഉണ്ടായിരുന്നില്ല. എങ്കിലും പോക്കറ്റിൽ എന്നും സൂക്ഷിച്ച കുറിപ്പിൽ ഒരു പേര് എഴുതി വച്ചു. പക്ഷേ... അത് വെറുതെ ആയി.”

“മനസ്സിലായില്ല....”

“അനാഥ ശവങ്ങൾ പലതും കുഴിച്ചിടുകയോ ദഹിപ്പിക്കുകയോ ചെയ്യും എന്ന് അറിയുന്നതിനാൽ, ‘എന്റെ ശവം മെഡിക്കൽ വിദ്യാർത്ഥികൾക്ക് പഠിക്കാൻ നല്കണം’ എന്ന് കുറിച്ചു വച്ചു... ഒപ്പം റാണാ പ്രതാപ് എന്നൊരു പേരും എഴുതി. വലിയ കടകളിലെ ബാർകോഡ് റീഡറുകൾക്ക് മുൻപിൽ എത്തുന്ന സാധനങ്ങളിലെ ലേബൽ പോലെ, ഈ പേരിന് ഉപയോഗം ഉണ്ടാവും എന്ന് കരുതി.”

“എന്നിട്ട്.....?”

“സർക്കാർ രേഖകളിൽ പേര് മിച്ചം വച്ചിട്ട് ശരീരം ദഹിപ്പിച്ചു കളഞ്ഞു. മൃതദേഹം കുട്ടികൾക്ക് പഠിക്കാൻ ആയി സംരക്ഷിച്ചു വച്ചാൽ കാർ ഓടിച്ച ആൾ ശിക്ഷിക്കപ്പെടുമോ എന്ന് അവർ ഭയന്നു.”

“ആരുടെ ശരീരം....”

“എന്റെ.....”

പെട്ടെന്ന് ഞെട്ടി ഉണർന്നു. ഞാൻ സംസാരിക്കുക ആയിരുന്നോ?

ഭാര്യ ഇപ്പോഴും വീടിന്റെ ഹാളിൽ ഇരുന്നു ടെലിവിഷൻ സീരിയൽ കാണുകയാണ്. മകൻ കമ്പ്യൂട്ടറിൽ ഡൗൺലോഡ് ചെയ്ത ഇംഗ്ലീഷ് സിനിമാ കണ്ടു രസിക്കുന്നു. ചെവി മൂടി വച്ചിരിക്കുന്ന ഹെഡ്ഫോൺ ഉള്ളപ്പോൾ, ആകാശം ഇടിഞ്ഞു വീണാലും അവനു കേൾക്കാൻ ആവില്ല.

കുചേലൻ...... അല്ലെങ്കിൽ ശവശരീരത്തിന് റാണാ പ്രതാപ് എന്ന പേര് നല്കാൻ ആഗ്രഹിച്ച പേരില്ലാത്ത ആ മനുഷ്യൻ..... അയാൾ എവിടെ?

സ്വപ്നം കാണുകയായിരുന്നു എന്ന് വിശ്വസിക്കാൻ ആവുന്നില്ല.

ആളെ ശരിക്കും കണ്ടു. ശബ്ദം കേട്ടു.

പ്രശസ്ത സിനിമാ നടി ആനന്ദിയുടെ കാറ് തട്ടി മരിച്ച വ്യക്തിയുടെ പേര് റാണാ പ്രതാപ് എന്നാണ്. ഇന്ന് ടൈപ്പ് ചെയ്ത രേഖകളിലും ഈ പേര് പരാമർശിച്ചിട്ടുണ്ട്. കാർ തട്ടുന്നതിനു മുൻപ് തന്നെ. ഹൃദയസ്തംഭനംമൂലം മരിച്ചു എന്ന് മെഡിക്കൽ റിപ്പോർട്ടിലും പൊലീസ് രേഖകളിലും രേഖപ്പെടുത്തിയിരിക്കുന്നു. കാർ തട്ടി ദേഹത്തിനു പരിക്ക് പറ്റിയിട്ടുണ്ടോ എന്നത് ഒട്ടും പ്രസക്തം അല്ലാതാകുന്നതാണ് ഈ കണ്ടെത്തൽ. റാണാ പ്രതാപ് എന്ന പരേതന്റെ പേര് മിച്ചം വച്ചിട്ട്. മൃതദേഹം ദഹിപ്പിച്ചു.

ആനന്ദിയുടെ കാറിന്റെ ചക്രങ്ങൾക്ക് അടിയിൽ പെട്ടത് എന്റെ കുചേലൻ ആണ്. മരണത്തിൽനിന്നും രക്ഷിച്ചപ്പോൾ കരണം നോക്കി ഞാൻ തല്ലിയ കുചേലൻ. പേരിന് ഒരു ബാർ കോഡിന്റെ ഉപയോഗം മാത്രമേ ഉള്ളൂ എന്ന് അറിയുന്ന ആൾ. മെഡിക്കൽ വിദ്യാർത്ഥികൾക്ക് പഠിക്കാനായി മൃതദേഹത്തിനു റാണാപ്രതാപ് എന്ന പേര് നല്കിയ പേരില്ലാത്ത മനുഷ്യൻ.

നാല്:

ശുക്ലാ സാബിന്റെ ഒരു കോട്ട് എനിക്കു കിട്ടിയിട്ട് വർഷം മൂന്നു കഴിഞ്ഞു. കോളേജിലെ നാടക മത്സരത്തിൽ മകന് വക്കീലിന്റെ വേഷം ആയിരുന്നു. ഒരു പഴയ കോട്ട് മൂന്നു നാല് ദിവസത്തേക്ക് തരാമോ എന്ന് ചോദിച്ചു. കസേരയിൽ ഊരി ഇട്ടിരുന്ന കോട്ട് നീട്ടിയിട്ട് ശുക്ലാ സാബ് പറഞ്ഞു "കൈമളെ... മോൻ വക്കീലായി അഭിനയിച്ചാൽ മാത്രം പോരാ. പഠിച്ചു മിടുക്കനായ വക്കീൽ ആവണം." അനുഗ്രഹം നിറഞ്ഞ വാക്കുകൾ.

"ഒരു നാല് ദിവസം കഴിഞ്ഞാൽ മടക്കി കൊണ്ടുവരാം...."

"വേണ്ട കൈമളെ. തിരിച്ചു തരണ്ട." എന്നിട്ട് തമാശയായി തുടർന്നു. "വീണ്ടും ഇതേ വേഷം അഭിനയിക്കേണ്ടതായി വന്നാൽ കോട്ട് അന്വേഷിച്ച് സമയം കളയണ്ട."

നാടകം കഴിഞ്ഞപ്പോൾ മകൻ കോട്ട് തിരികെ തന്നു. "അച്ഛൻ വച്ചോളൂ. അച്ഛനല്ലേ വക്കീൽ പണിയും കോടതിയും ഒക്കെ ആയി ബന്ധപ്പെട്ട ആൾ"

അത് പൊടി പറ്റാതെ പ്ലാസ്റ്റിക് കൂടിൽ ഇട്ടു ഭംഗിയായി സൂക്ഷിച്ചുവച്ചു.

ഇന്ന് അത് തുറന്നു നോക്കി. വീണ്ടും കൂടിലിട്ട് ഓഫീസിൽ കൊണ്ട് പോവുന്ന ബാഗിനുള്ളിൽ വച്ചു. ശുക്ലാ സാബ് തന്ന ടൈയും ഒപ്പം വയ്ക്കാൻ മറന്നില്ല.

രാവിലെ എന്നും പോവുന്ന ലോക്കൽ ട്രെയിനിൽ കയറി. പതിവ് പോലെ മറയിൻ ലയിൻസ് സ്റ്റേഷനിൽ ഇറങ്ങാതെ യാത്ര തുടർന്നു. ചർച്ച് ഗേറ്റ് സ്റ്റേഷനിൽനിന്നും നടന്നത് കോടതിയിലേക്ക്. സിനിമാ നടി ആനന്ദിയുടെ വാഹനാപകടത്തിന്റെ വാദം നടക്കുന്ന കോടതി മുറി

കണ്ടെത്താൻ വിഷമം ഒന്നും ഉണ്ടായില്ല. സന്ദർശകൻ ഇരിക്കുന്നിടത്ത് ധാരാളം പേർ അവരിൽ ഒരാളായി. രണ്ടു വട്ടം ബാഗ് തുറന്നു കോട്ടും ടൈയും ശ്രദ്ധിച്ചു നോക്കി. മനസ്സിൽ കുചേലൻ...!

"ദാമോദര കൈമളെ..... ഓർമ്മയില്ലേ.... താങ്കളെ ബസിന്റെ മുൻപിൽ നിന്നും തള്ളി മാറ്റി രക്ഷിച്ച ആൾ."

കണ്ണടച്ചുകൊണ്ട് പറഞ്ഞു. "അറിയാം കുചേലാ... അല്ല.... റാണാ പ്രതാപ്. ഇവിടെ വക്കീലിന്റെ കോട്ടുമായി വന്നത് നിങ്ങളുടെ കേസിന്റെ വാദം തീരുന്ന ദിവസം ആയതുകൊണ്ട് മാത്രം ആണ്."

ശുക്ലാ സാബ് കോടതി മുറിയിലേക്ക് വന്നു. ജൂനിയർ വക്കീലന്മാർ മിക്കവരും എഴുന്നേല്ക്കുന്നു. കോടതിക്ക് ആകെ ജീവൻ വച്ചു. പ്രോസി ക്യൂഷൻ വക്കീലും ശുക്ലാ സാബിനെ അഭിവാദ്യം ചെയ്തവരിൽ പെടും.

ജഡ്ജ് അദ്ദേഹത്തിന്റെ കസേരയിൽ വന്നിരുന്നു. കേസ് നമ്പർ വായി ക്കപ്പെട്ടു. വക്കീലന്മാർ വാദിക്കുന്നു. കോടതിക്ക് രേഖകൾ നല്കുന്നു.

പ്രോസിക്യൂഷൻ വാദങ്ങൾ ബലഹീനമെന്നു തോന്നി. ബാഗ് തുറന്നു കോട്ടും ടൈയും ധരിച്ചു. പ്രതിയെ കുരുക്കുന്ന ചോദ്യം തയ്യാർ. "ശുക്ലാ സാബിനും പൊലീസിനും, മരിച്ച ആളിന്റെ പേര് 'റാണാ പ്രതാപ്' എന്നാണ് എന്ന് എങ്ങനെ മനസ്സിലായി?" ഉത്തരം കിട്ടിയാൽ അടുത്ത ചോദ്യം "പേര് എഴുതിയ കുറിപ്പിൽ എഴുതിയതുപോലെ മൃതദേഹം മെഡിക്കൽ വിദ്യാർത്ഥികൾക്ക്....." വിളിക്കാതെ വന്ന അതിഥികളായി മനസ്സിൽ കുറേ ചിന്തകൾ. അടുത്ത പത്തുവർഷം കൂടി തുടരുന്ന ഹൗസിംങ് ലോണിന്റെ ഗഡുക്കൾ. ഒരു സൂചന പോലും നല്കാതെ, ഭാര്യയും മകനും കൂടി കഴിഞ്ഞ ആഴ്ച വാങ്ങിയ വലിയ വിലയുള്ള ടെലിവിഷന്റെ അടച്ചു തുടങ്ങാത്ത ഇ എം ഐ. മകളുടെ വിവാഹത്തിനു ആഭരണം വാങ്ങിയ സ്വർണ്ണക്കടയിൽ കൊടുക്കാനുള്ള പണം. ഒരു ഈടും ഇല്ലാതെ പലിശ ഇല്ലാ കടം നല്കാം എന്ന ശുക്ലാ സാബിന്റെ വാഗ്ദാനം.

എഴുന്നേല്ക്കാൻ ശ്രമിക്കുമ്പോൾ കാൽ ബലഹീനം. തൊണ്ടയിൽ നിന്നും ശബ്ദം വരുന്നില്ല. കാണുന്നതൊക്കെ നിഴലുകൾ ആണെന്ന് തോന്നുന്നു. കോടതിയിലെ വാദപ്രതിവാദങ്ങൾ ചെവിയിൽ തട്ടി പ്രതി ഫലിച്ചു പോവുന്നു.

തൊട്ടു മുൻപിൽ കുചേലൻ.

"സാരമില്ല. ദാമോദര കൈമളെ. എന്റെ ശവം ദഹിപ്പിച്ചു പോയില്ലേ. കേസിൽ ജയിച്ചാലും ഇനി അത് മെഡിക്കൽ വിദ്യാർത്ഥികളുടെ ഡിസ ക്ഷൻ മേശയിൽ എത്തിക്കാൻ ആവില്ലല്ലോ. കൈമൾക്കു വീട്ടാൻ ഏറെ കടങ്ങളും...."

സന്ദർശകരിൽ മിക്കവരും കോടതി മുറി വിട്ടുപോയി.

കോടതിയിൽ അടുത്ത കേസിന്റെ നമ്പർ വിളിച്ചു.

ശുക്ലാ സാബ് തോളിൽ തട്ടി.

"കൈമളെ... വരൂ ഓഫീസിലേക്ക് പോകാം."

ഭാരതീയം

സബീന എം സാലി

വെളിച്ചം കാണാതെ
പുസ്തകത്തിലൊളിപ്പിച്ച
മയിൽപ്പീലിത്തുണ്ട്
ഇന്നലെ പ്രസവിച്ചു.
പെൺകുഞ്ഞായതിനാൽ,
താളുകൾക്കിടയിൽ വച്ചു തന്നെ
ശ്വാസം മുട്ടിച്ച് ഞാനതിനെ കൊന്നു
ഇല്ലെങ്കിലൊരുപക്ഷേ നാളെയവളും
വെളിച്ചത്തിൽ വില്ക്കപ്പെട്ടേക്കാം
വലിച്ചു ചീന്തപ്പെട്ടേക്കാം......

റെനി എന്ന കോളേജ് പെൺകുട്ടി ഒരു പ്രമുഖ ആഴ്ചപ്പതിപ്പിലെഴുതിയ കവിതയുടെ ഭാവതീവ്രതയെപ്പറ്റി ആലോചിച്ചപ്പോഴാണ് നീരജയെന്ന പതിനാറുകാരി സ്മൃതിയുടെ ഉള്ളിൽ വീണ്ടും വേദനയുടെ ഘനരൂപം തീർത്തത്. ഡൽഹി രാഷ്ട്രീയത്തിലേക്ക് കാലെടുത്തുവച്ച നവാഗത ജനപ്രിയ നേതാവുമായുള്ള ഇന്റർവ്യൂ കഴിഞ്ഞ് ഹോട്ടൽ കിങ്സ്റ്റൺ പാർക്കിൽ നിന്നിറങ്ങവേ അസമയത്ത് “മുജെ ബചാവോ” എന്ന ആർത്തനാദത്തോടെ കാറിലേക്ക് ഓടിക്കയറിയ മെലിഞ്ഞുനീണ്ട ബീഹാറി പെൺകുട്ടി. വേട്ടമൃഗത്തിന്റെ കൈയിൽനിന്ന് പാതിജീവനോടെ രക്ഷപ്പെട്ട ഇര. അവൾ ജീവിച്ച ചേരിയുടെ സ്വഭാവവും അതിന്റെ ചരിത്രവും ഭൂമിശാസ്ത്രവും ബോജ്പുരി കലർന്ന ഹിന്ദിയിൽ വിവരിക്കുമ്പോൾ ഇനിയൊരിക്കലും അങ്ങോട്ടേക്ക് ഒരു മടക്കയാത്ര അനാഥയായ അവൾ ആഗ്രഹിച്ചില്ല എന്നു സുവ്യക്തമായിരുന്നു. മാനേജിങ് ഡയറക്ടർ രൺധീർ സാറിന്റെ ഭാര്യക്ക് വീട്ടുജോലിക്ക് ഒരു സഹായിയെ കിട്ടണമെന്ന് പറ

ഞ്ഞത് അവളുടെ നല്ല നേരം. ഒരാൾക്കെങ്കിലും ആ നരകത്തിൽനിന്ന് പുറത്തു കടക്കാനായല്ലോ.

അന്ന് മനസ്സിലുറപ്പിച്ചതാണ് അടുത്ത പ്രോജക്ട് ആ ചേരി നിവാസികളുടെ മനുഷ്യാവകാശധ്വംസനത്തെപ്പറ്റിയാവണമെന്ന്. യമുനയിൽ നിന്ന് നഗരത്തിലേക്ക് വെള്ളം കൊണ്ടുവരുന്ന കനാലുകളിൽ പലയിടങ്ങളിലായി ഉണ്ടായിക്കൊണ്ടിരിക്കുന്ന ജലനഷ്ടം പ്രമേയമാക്കി നിർമ്മിച്ച *ബൂഖി ശഹർ* എന്ന് മൂന്ന് എപ്പിസോഡുള്ള ഡോക്യുമെന്ററിക്ക് ലഭിച്ച ഏഷ്യാവിഷൻ അവാർഡും ബെസ്റ്റ് റിപ്പോർട്ടർ എന്ന പദവിയും കർമ്മനിരതയായ ഒരു ചാനൽ ജേർണലിസ്റ്റിനെ സംബന്ധിച്ച് സാമൂഹിക വിപത്തുകളെ പൊതുജനസമക്ഷം കൊണ്ടുവരാൻ പ്രചോദനവീര്യം പകരുന്നതു തന്നെയാണെന്ന് പ്രത്യേകിച്ച് പറയേണ്ടതില്ലല്ലോ.... കാമുകനെന്നതിലുപരി അർപ്പണബോധമുള്ള ഒരു സഹപ്രവർത്തകനെന്ന നിലയിൽ അനൂപിന്റെ ആത്മാർത്ഥ സഹകരണമാണ് ഇതിന്റെയൊക്കെ പിന്നിലെന്ന് പറയാതിരിക്കാനുമാകുന്നില്ല. ന്യൂസ് കറസ്പോണ്ടന്റ്, സ്റ്റോറി ബോർഡിങ് ആന്റ് എഡിറ്റിങ് വിദഗ്ദ്ധൻ. എല്ലാ കാര്യങ്ങളിലും ഒരു പ്രൊഫഷണൽ ടച്ച് നിലനിർത്താൻ ആഗ്രഹിക്കുന്ന ഗൗരവക്കാരനായ ആ ബുജിയോടു തോന്നിയ അസൂയയാണ് വഴിക്കു വച്ച് എപ്പോഴോ പ്രണയത്തിലേക്ക് ഗതി മാറിയത്. പ്രണയമില്ലാതെ ക്രിയാത്മകമായി ഒന്നും ചെയ്യാൻ സാദ്ധ്യമല്ലെന്ന തിരിച്ചറിവോടു കൂടിത്തന്നെയാണ് ഒന്നിച്ചു ജീവിക്കാൻ അവർ പരസ്പരം കണ്ടെത്തിയതും. പക്ഷേ, വീട്ടുകാർ ഇതുവരെ അംഗീകരിച്ചിട്ടില്ലാത്ത ഈ ബന്ധം വിവാഹത്തിൽ കലാശിക്കാൻ ഇനിയും ഏറെ കടമ്പകൾ കടക്കേണ്ടതുണ്ട്.

കെ ബി എൻ ന്യൂസ് അറ്റ് 10.30 കഴിഞ്ഞപ്പോഴാണ് അനൂപിന്റെ ചിത്രം തെളിയിച്ചുകൊണ്ട് മൊബൈൽ ഫോൺ ഓവർ ദി ഹൊറൈസൺ എന്ന റിങ് ട്യൂൺ ആലപിച്ചത്. ഏതോ എഡിറ്റിങ് വർക്കിന്റെ കൊണ്ടുപിടിച്ച തിരക്കും പുതിയ പ്രോജക്ടിന് ഉണ്ടായേക്കാവുന്ന ലീഗൽ കോപ്പി റൈറ്റ് ഇഷ്യൂസ് സെറ്റിൽ ചെയ്യാനുള്ള നെട്ടോട്ടവും കാരണം അന്നത്തെ ദിവസം രണ്ടാളും പരസ്പരം മിണ്ടിയിട്ടേ ഇല്ലായിരുന്നു.

“സ്മൃതീ ആർ യു ഡൂയിങ് വെൽ...?”

പതിവു ശൈലിയിൽ സംഭാഷണമാരംഭിച്ച അനൂപിനോട് കാമുകിയുടെ പ്രസരിപ്പ് മറന്ന് പരിഭവം അഭിനയിക്കാനാണ് സ്മൃതിക്ക് തോന്നിയത്.

“ആ ബി ബി സിക്കാര് വന്ന് ആവശ്യമില്ലാത്തതൊക്കെ ഷൂട്ട് ചെയ്തതിനെത്തുടർന്നാണ് സർക്കാർ ഇപ്പോ ഇങ്ങനെയൊരു നിലപാടെടുത്തിട്ടുള്ളത്. സാരമില്ല രൺധീർ സാർ കൂടെയുണ്ടായിരുന്നതുകൊണ്ട് കാര്യം നടന്നു. നാളെ രാവിലെ തന്നെ പോകാൻ തയ്യാറായിക്കൊള്ളൂ...”

“ഓഹ്... താങ്ക് ഗോഡ്....” സ്മൃതി ഒരു ദീർഘനിശ്വാസമുതിർത്തു.

“അതുപോട്ടെ ഈ ഓട്ടത്തിനിടയിൽ നീ വല്ലതും കഴിച്ചോ അനൂപ്?

"ദേ ഇവിടെ ഡൗൺ ടൗണിൽ ബട്ടർ നാനും ചില്ലി ഗോബിയും ഓർഡർ ചെയ്ത് കാത്തിരിക്കുന്നു."

"ഓ കെ ദെൻ ക്യാരി ഓൺ... ഞാൻ കൃത്യം എട്ടിനു തന്നെ റെഡിയായിട്ടുണ്ടാകും. താമസിക്കരുത്. ഗുഡ്നൈറ്റ് ടേക് കെയർ."

സ്മൃതി വീണ്ടും സ്ക്രിപ്റ്റ് കൈയിലെടുത്ത് മേശവിളക്കിന്റെ പ്രഭയിൽ ഒരാവർത്തികൂടി കണ്ണോടിച്ചു.

പടിഞ്ഞാറേ ദില്ലിയിൽ പട്ടേൽ നഗറിനും കീർത്തി നഗറിനുമിടയ്ക്ക് ഷാദിപ്പൂർ ഡിപ്പോയ്ക്കടുത്ത് ഒരു വശത്ത് ഡൽഹി മെട്രോയും മറുവശത്ത് ഇന്റർസ്റ്റേറ്റ് റെയിൽവേ ലൈനുകളും അതിരിടുന്ന വിശാലമായ പുറമ്പോക്ക് ഭൂമി. വിവിധ സംസ്ഥാനങ്ങളിൽനിന്ന് പണ്ടെങ്ങോ പലപ്പോഴായി വന്നുപെട്ട് തമ്പടിച്ച്, ഇന്ന് അമ്പതിനായിരത്തിനുമേൽ ജനസംഖ്യയുള്ള അഴുക്കു ചേരി. രാജസ്ഥാനികളും ബംഗാളികളും ബീഹാറികളും എന്നു വേണ്ട വിവിധ വർണ്ണവും വർഗ്ഗവും ഭാഷയും ജാതിയും കൂടിക്കലർന്ന ഒരു മിശ്ര സംസ്കാരത്തിന്റെ ഉടമകൾ. പാവക്കൂത്തുകാർ, ജാലവിദ്യക്കാർ, പാമ്പാട്ടികൾ, ഞാണിന്മേൽ കളിക്കാർ, പാട്ടുകാർ തുടങ്ങി കലയുടെ വിസ്മയം തീർക്കുന്ന തെരുവഭ്യാസികളാണ് ഏറെയും. മദ്യം മയക്കുമരുന്ന്, പെൺ വാണിഭം, ക്വട്ടേഷൻ, ഗുണ്ടായിസം തുടങ്ങിയ ചേരി കേന്ദ്രീകരിച്ചുള്ള അധോലോക ഇടപെടലുകളും സജീവം. സർക്കാരിന്റെ രേഖകളിൽ ബ്ലാക്ക് സോൺ എന്നു പ്രത്യേകം രേഖപ്പെടുത്തിയിരിക്കുന്ന തിരസ്കൃതരുടെ ഭൂമി. ചേരി നിർമ്മാർജ്ജനത്തിന്റെ ഭാഗമായി വർഷങ്ങൾക്കുമുമ്പ് ഗുപ്ത ആന്റ് സൺസ് എന്ന കമ്പനിയുമായി സഹകരിച്ച് കോളനി നിവാസികളെ കുടിയൊഴിപ്പിച്ച്, സിമ്മിങ്പൂളും ഹെലിപാഡുമുള്ള ആധുനിക ബഹുനില കെട്ടിട സമുച്ചയവും മെട്രോയുടെ വ്യാപാരകേന്ദ്രവും നിർമ്മിക്കാൻ സർക്കാർ കരാറുണ്ടാക്കിയെങ്കിലും പ്രദേശവാസികളുടെ ശക്തമായ എതിർപ്പിനാൽ പദ്ധതി എങ്ങുമെത്താതെ നില്ക്കുകയാണ്...

പറഞ്ഞ ഡെഡ്ലൈനിന് അഞ്ചുമിനിറ്റ് നേരത്തേയെത്തി അനൂപ് വാക്ക് പാലിച്ചു. അനൂപുമൊത്തുള്ള ദീർഘയാത്രകൾ സ്മൃതിക്ക് എന്നുമൊരു ഹരമാണ്. കഴിഞ്ഞ തവണ പ്രണയത്തിന്റെ തീപിടിച്ച ചിറകുകളുമായി ആഗ്രയിലേക്കുള്ള യാത്രയിൽ ഡ്രൈവിങ്ങിലുള്ള അവന്റെ അവധാനത അവൾ നന്നായി ആസ്വദിച്ചതുമാണ്.

"അപ്നീ ആഗ് കോ സിന്ദാ രഖ്നാ കിത്ത്നാ മുശ്കിൽ ഹേ...." കാർ സ്റ്റീരിയോയിൽ ജഗജിത് സിങ്ങിന്റെ ശബ്ദം ഇരുവരേയും ആത്മാവോളം തണുപ്പിച്ചു.

"ലോക രാഷ്ട്രങ്ങൾക്ക് മുന്നിൽ ഇന്ത്യ ഇപ്പോ ചേരികളുടെ നാടായിട്ടാണത്രേ അറിയപ്പെടുന്നത്. ഡക്കാൺ ക്രോണിക്കിൾ നടത്തിയ സർവ്വേയിൽ ഭൂരിപക്ഷം ജനങ്ങളും ചേരികൾ വേണ്ട എന്നഭിപ്രായക്കാരാണ്." അനൂപ് സംസാരത്തിന് തുടക്കമിട്ടു.

"അതെ അത് നൂറു ശതമാനവും ശരിയല്ലേ. അവരെ ഏറ്റെടുത്ത്

മെച്ചപ്പെട്ട ജീവിതസാഹചര്യങ്ങളിലേക്ക് മാറ്റേണ്ടത് സർക്കാരിന്റെ കടമയാണ്. ജനാധിപത്യം നിലനില്ക്കുന്നു എന്നു പറഞ്ഞിട്ട് കാര്യമില്ല. ജനങ്ങൾക്കിടയിലെ സാമ്പത്തിക വൈരുദ്ധ്യമാണ് ഇല്ലാതാകേണ്ടത്. അതിന് സമ്പൂർണ്ണ സോഷ്യലിസമാണ് ഏക പോംവഴി. അത്തരം സമര വിചാരങ്ങൾക്കായി ആദ്യം നമ്മിൽ വർഗ്ഗബോധം ഉണ്ടാവണം. പിന്നെ വർഗ്ഗ സമരങ്ങളും."

ഞരമ്പുകളിൽ തിളച്ചു പൊന്തിയ ആത്മവീര്യം സ്മൃതിയിൽനിന്ന് ജ്വലിക്കുന്ന വാക്കുകളായി പുറത്തുവന്നു.

"സോഷ്യലിസം...... എന്തു സുന്ദരമായ നടക്കാത്ത സ്വപ്നം." അനൂപിന്റെ സ്വരത്തിൽ അവജ്ഞ നിഴലിച്ചു.

"എന്തുകൊണ്ട് നടന്നുകൂടാ. അമിത സ്വത്തുള്ളവന്റെ കൈയിൽ നിന്ന് അത് കണ്ടുകെട്ടുകയും ഇല്ലാത്തവന് വീതിച്ചു കൊടുക്കുകയും ചെയ്തുകൂടേ?" സ്മൃതിയും വിട്ടുകൊടുത്തില്ല.

"കടൽ കത്തിക്കാൻ നീയോ ഞാനോ തീപ്പെട്ടിയുരച്ചതുകൊണ്ട് എന്താകാൻ..." എതിരെ വന്ന പച്ചക്കറി ലോറിക്ക് സൈഡ് കൊടുത്തുകൊണ്ട് അനൂപ് രാജിക്കൊരുങ്ങുകയും പൊടുന്നനേ മറ്റൊരു വിഷയത്തിലേക്ക് കാലു മാറുകയും ചെയ്തു.

"ഇപ്പോ നിലവിലുള്ള സംവിധാനങ്ങൾ തന്നെ കുറ്റമറ്റ് പ്രവർത്തിച്ചിരുന്നെങ്കിൽ എന്നേ നമ്മുടെ നാട് നന്നായിപ്പോയേനെ. റാഡിക്കൽ ഫെമിനിസം, ബ്ലാക്ക് ഫെമിനിസം, സോഷ്യലിസ്റ്റ് ഫെമിനിസം എന്നൊക്കെ വായിൽ കൊള്ളാത്ത പേരിട്ട് വിളിക്കുന്ന സ്ത്രീവാദികളൊക്കെ ഇപ്പറഞ്ഞ ചേരിയൊക്കെ ഒന്നു കണ്ടിരുന്നെങ്കിൽ അവിടത്തെ പെൺകുട്ടികൾക്ക് ഈ ദുർഗ്ഗതി വരുമായിരുന്നോ?"

സ്മൃതിയുടെ വായടപ്പിക്കാൻ എങ്ങനെ കഴിയുമെന്ന് കൃത്യമായി അറിയുന്ന അനൂപ് സ്റ്റീരിയോ ശബ്ദം അല്പംകൂടി ഉച്ചത്തിലാക്കി.

"പത്തർ ബീച് ആയിന രഖ്നാ കിത്ന്നാ മുശ്കിൽ ഹേ..." ഒരു കോറസ്സോടെയാണ് ആ ഗസൽ അവസാനിച്ചത്.

റെയിൽവേ അവന്യൂവിൽ കാർ പാർക്ക് ചെയ്യുമ്പോൾ 9.10 ന്റെ ഫൈസാബാദ് ദില്ലി എക്സ്പ്രസ് ഇരയെ വിഴുങ്ങാൻ തക്കം പാർത്തു കിടക്കുന്ന അനക്കോണ്ട മാതിരി പ്ലാറ്റ്ഫോമിനോട് ചേർന്ന് കിടന്ന് മുരളുന്നുണ്ടായിരുന്നു. മേല്പാലത്തിൽനിന്ന് നോക്കിയാൽ ചാപ്പിള്ളകളെ പെറ്റുകൂട്ടുന്ന തള്ളയെപ്പോലെ കോളനിയുടെ യഥാർത്ഥ മുഖം ദൃശ്യമാകും. മെട്രോ യാർഡിനോട് ചേർന്നുകിടക്കുന്ന മൈതാനത്ത് ചപ്പു ചവറുകളുടെയും അറവു മാലിന്യങ്ങളുടെയും കൂമ്പാരം. തെരുവു നായ്ക്കളും വൃത്തികെട്ട പന്നികളും സ്വൈരവിഹാരം നടത്തുന്നിടത്ത്, നൂലു പൊട്ടി താഴ്ന്നു പറക്കുന്ന പട്ടത്തിനു പിന്നാലേ ഏതാനും കുട്ടികൾ കിതച്ചോടുന്നു. അനൂപിന്റെ ക്യാമറയിൽ ആദ്യത്തെ വൈഡ് ഷോട്ട് പിറവി കൊണ്ടു. കാഴ്ചയുടെ സ്പഷ്ടതകൾ അതേപടി പകർത്തുവാൻ കെ 2 എസ് എൽ ആർ ക്യാമറയും കർമ്മനിരതമായി.

സന്നാഹങ്ങളൊക്കെ കണ്ടിട്ടാവണം ചേരിയിലേക്ക് കടക്കുന്ന വഴിയിൽത്തന്നെ മറാത്തികളോ രാജസ്ഥാനികളോ എന്നു തോന്നിക്കുന്ന ഏതാനും തലേക്കെട്ടുള്ള പുരുഷന്മാർ അല്പം അധികാരഭാവത്തിൽത്തന്നെ തടയാനെത്തി.

"യെ ഇദർ ചലേഗാ സാലേ..." എന്നു തുടങ്ങി, സഫാരി സ്യൂട്ടിന്റെ മാന്യതയുള്ള പലരും ഇവിടെ വന്ന് പടം പിടിച്ച് പോയിട്ടുണ്ട്. പട്ടിണി വിറ്റ് കാശാക്കിയതല്ലാതെ ഞങ്ങൾക്കുവേണ്ടി ആരും ഒന്നും ചെയ്തിട്ടില്ല എന്നിങ്ങനെ കൂട്ടത്തിലൊരു മദ്ധ്യവയസ്കൻ അവർക്കുനേരെ കത്തിക്കയറുകയും ഒടുവിൽ ആത്മരോക്ഷത്താൽ അയാളുടെ മുഖഞരമ്പുകൾ വലിഞ്ഞുമുറുകുകയും ചെയ്തു.

'ഇയാൾ ചേരിയുടെ മൂപ്പനാണെന്നു തോന്നുന്നു.' സ്മൃതി അനൂപിനോട് ചേർന്നുനിന്ന് ചെവിയിൽ മന്ത്രിച്ചു.

അല്പനേരത്തെ കശപിശയ്ക്കൊടുവിൽ കാര്യത്തിന്റെ ഗൗരവം മനസ്സിലാക്കിയ ഏതാനും ചെറുപ്പക്കാർ അവരെ ചേരിക്കുള്ളിലേക്ക് ആനയിച്ചു. തണുപ്പുകാലം ഏറെ അകലെയല്ലാത്തതിനാൽ അന്തരീക്ഷത്തിന് അത്ര ചൂടില്ലായിരുന്നു. എന്നിട്ടും ദുർഗ്ഗന്ധം വമിക്കുന്ന നീരാവിയുടെ ദുഷിപ്പ് അവിടെ തങ്ങി നിന്നു. പ്രധാന വഴി വീതി കുറഞ്ഞ അനേകം ഗല്ലികളായി തിരിയുന്നു. വൈകി ഉറക്കമുണർന്ന പലരും പ്രഭാതകൃത്യങ്ങളിലേർപ്പെടുന്നതേയുള്ളൂ. മൂടുപടമണിഞ്ഞ ഏതാനും സ്ത്രീകൾ എവിടെ നിന്നോ പ്ലാസ്റ്റിക് കുടങ്ങളിൽ വെള്ളം ചുമന്നു കൊണ്ടുവരുന്നു. ലജ്ജയുടെ ലവലേശമില്ലാതെ ചില പുരുഷന്മാർ വഴിവക്കിൽ കളിക്കുന്നുമുണ്ട്. ചൊറിപിടിച്ച കുറെ കുട്ടികൾ മൂക്കൊലിപ്പിച്ചുകൊണ്ട് കാക്കക്കൂട്ടിൽ കല്ലിട്ടപോലെ കലപില കൂട്ടി തമ്മിൽത്തല്ലുന്നു. വെളുത്ത മുള്ളങ്കിയുടെ തൊലി കളഞ്ഞുകൊണ്ടുനിന്ന ഒരു മെലിഞ്ഞ സ്ത്രീ അവരെ ഉറക്കെ ശാസിച്ചു.

"അരേ കുത്തേ കെ ബച്ചേ, മാർ പീറ് ഖത്തം കരോ... യേ ടി വി കലോഗ് ഹേ.."

അതു കേട്ട പാടേ അവരുടെ കണ്ണുകളൊന്നടങ്കം ക്യാമറയിലേക്ക് വിജൃംഭിച്ചു.

നടവഴിയുടെ ഇരുവശത്തുമുള്ള ഓടകളിലെ വെള്ളം പുഴുക്കളും ഈച്ചകളും മുട്ടയിട്ട് കറുത്തുപോയിരുന്നു. പ്ലാസ്റ്റിക് ഷീറ്റുകൾകൊണ്ട് മറച്ച താല്ക്കാലിക ശുചിമുറികളിലെ മലമൂത്രമാലിന്യങ്ങൾ കലർന്ന് ചിലപ്പോഴൊക്കെ അത് ഉഷ്ണലാവപോലെ ഒഴുകി. നിരത്തുകളിൽ പടഞ്ഞിരുന്ന് പാചകം ചെയ്യുന്ന സ്ത്രീകൾ, ഞങ്ങളിതെത്ര കണ്ടിരിക്കുന്നു എന്ന ഭാവത്തോടെ അടുപ്പുകളിൽ തീ പുകയ്ക്കുകയും മാവുകുഴയ്ക്കുകയും റൊട്ടി ചുടുകയും ചെയ്യുന്നു. ക്യാമറ കണ്ടപ്പോൾ അവരിൽ ചിലർ നാണംകൊണ്ട് തലതാഴ്ത്തുകയും മറ്റുചിലർ പുഞ്ചിരിക്കാൻ ശ്രമിക്കുകയും ചെയ്തു. കുപ്പത്തൊട്ടിയിൽ പരതി നിരാശരായ ചില കൊടിച്ചിപ്പട്ടികൾ പരിസരത്ത് കറങ്ങി നില്ക്കുകയും തക്കം പാർത്ത് ഭക്ഷണ

സാധനങ്ങളിൽ തലയിടുകയും ചെയ്യുന്നു. തൊട്ടിലുകളിൽ സുഖമായുറങ്ങുന്ന കുഞ്ഞുങ്ങളുടെ മുഖത്ത് ഓടകളിൽനിന്നു പറന്നു വന്ന ഈച്ചകൾ യോഗ പരിശീലിക്കുന്നു.

തുപ്പലിന്റേയും മൂത്രത്തിന്റേയും അമേദ്യത്തിന്റേയും നടുവിൽ തിന്നും ഉറങ്ങിയും തമ്മിലടിച്ചും ഇണ ചേർന്നും സങ്കരസന്തതികളെ പെറ്റുകൂട്ടുന്ന കുറേ ജന്മങ്ങൾ.... ഭക്തിയും കാമവും ജീവിതവും മരണവും ചിരിയും കരച്ചിലും അവർക്ക് തകരം കൊണ്ട് മറച്ച ഈ ഒറ്റമുറികളിലാണ്. അമ്പലങ്ങളില്ല ആരാധനാലയങ്ങളില്ല. അവരുടെ ദൈവം അവർക്കുള്ളിൽ തന്നെയാണ്. തത്ത പറയും പോൽ മൈക്കുമായി സ്മൃതിയുടെ രൂപം സ്ക്രീനിൽ.

മൂന്നോ നാലോ ചാക്കുകൾ മേല്ക്കുമേലിട്ട് അതിനു മുകളിൽ കീറത്തുണി വിരിച്ച് കിടക്കുകയായിരുന്ന സോഹൻ റാം അവരെക്കണ്ട് ആയാസപ്പെട്ട് എഴുന്നേറ്റിരുന്നു. രോഗം മൂർച്ഛിച്ച് പഴുത്തടർന്നുപോയ വിരലുകളുടെ ബാക്കി ക്യാമറയ്ക്കു നേരെ തൊഴുതുകൊണ്ട് അയാൾ വിക്കി വിക്കി സംസാരിച്ചു.

“യേ ഭീമാരി മുചേ ലേകേ ഹീ ജായേംഗേ...”

അഞ്ചും ഏഴും വയസ്സുള്ള ചെറിയ രണ്ടാൺമക്കൾ ആറു വർഷം മുൻപാണ് പാളത്തിൽ കളിച്ചു കൊണ്ടിരിക്കെ ട്രെയിൻ കയറി മരിച്ചത്. രോഗിയായ അയാളെ സംരക്ഷിക്കാൻ വേണ്ടി ഭാര്യ ദീജ മയി ശരീരവില്പനക്കാരിയായി. രാത്രി സഞ്ചാരത്തിന്റെ ഭാഗമായി വീണ്ടും അവൾക്ക് നാലു പ്രസവിക്കേണ്ടി വന്നു.... ഗല്ലിയിലേക്ക് വീഴുന്ന വെയിലിന്റെ വെളുത്ത കിരണങ്ങൾ താങ്ങാനാവാതെ പീള കെട്ടിയ കണ്ണുകൾ അയാൾ ഇടയ്ക്കിടെ അടയ്ക്കുകയും തുറക്കുകയും ചെയ്തുകൊണ്ടിരിക്കുന്നു. ക്യാമറയെ പിന്തുടർന്നു വന്ന കുട്ടികൾ ബഹളം കൂട്ടി അയാൾക്കുമേൽ മറിഞ്ഞു വീഴുമെന്ന ഘട്ടം വന്നപ്പോൾ അനൂപ് തിരിഞ്ഞു നടന്നു. പഴന്തുണികളും പ്ലാസ്റ്റിക്കുമടങ്ങുന്ന ജംഗമ വസ്തുക്കൾക്കിടയിൽ മറ്റൊരു പഴന്തുണിക്കെട്ടുപോലെ അയാൾ പിന്നെയും ചുരുണ്ടുകൂടി. മാസം തികയാതെ പ്രസവിച്ച് വലിയ തലയും ഉന്തിയ കണ്ണുകളും ശോഷിച്ച ശരീരവുമുള്ള ഒരു പിഞ്ചു മനുഷ്യക്കോലത്തെ തോളിലിട്ട് അയാൾക്കരികിൽ നിന്ന സ്ത്രീയുടെ ചുവന്ന ജാക്കറ്റിൽ, മുലക്കണ്ണുകൾക്കു ചുറ്റുമുള്ള പാൽ നനവ് അപ്പോഴാണ് സ്മൃതി കണ്ടത്.

അതൊരു ചെറിയ കവലയായിരുന്നു. ഒരു സംഘം യുവാക്കൾ. ആരെയും കൂസാതെ ചീട്ടു കളിക്കുന്നു. എല്ലാം മുഖങ്ങളിലും ഊതിവീർപ്പിച്ച താൻഭാവം. അവരിൽ പലരും മയക്കുമരുന്നു ശൃംഖലയിലെ കണ്ണികളാണത്രേ.... ആവശ്യക്കാരന് സാധനം എത്തിച്ചുകൊടുക്കാൻ ഇടനിലക്കാർ നിയോഗിക്കുന്ന വാഹകർ.... പിടിക്കപ്പെട്ടാൽ സ്വയം മരിക്കണമെന്നും ഒറ്റുകൊടുത്താൽ കൊന്നുകളയുമെന്നുമാണ് അധോലോക മയക്കുമരുന്നു മാഫിയയുടെ അലംഘനീയ നിയമം. കരുത്തരായിരുന്ന രണ്ടാൺമക്കളുടെ തിരോധാനത്തിന്റെ കഥ പറയുകയായിരുന്നു

എൺപത് പിന്നിട്ട ആഭാ ദേവിയെന്ന നടു വളഞ്ഞ വൃദ്ധ. അനൂപ് ക്യാമറ ചെറുപ്പക്കാർക്കു നേരെ സൂം ചെയ്തു. ഒരുത്തൻ തമ്പാക്കിന്റെ കവറു പൊട്ടിച്ച് ഉള്ളം കൈയിലിട്ട് ഞെരടി വായിലേക്ക് ഒറ്റത്തള്ള്. കൃത്യമായ ആംഗിളിൽ ലഭിച്ച ഷോട്ട്. കണ്ണുകളിൽ നിഴലിച്ച പുച്ഛ രസം വകവയ്ക്കാതെ സ്മൃതി മൈക്കുമായി അതിലൊരുത്തന്റെ നേരെ നീങ്ങിയെങ്കിലും കറുത്ത ചുണ്ടുകൾക്കിടയിൽ എരിയുന്ന ബീഡിത്തുണ്ടിന്റെ പുക മുഖത്തടിച്ചപ്പോൾ വല്ലാത്തൊരു ഓക്കാനത്തോടെ പിൻവലിയേണ്ടിവന്നു.

നട്ടെല്ലിന് കനവും പേശികൾക്ക് കരുത്തും മനസ്സിന് ധൈര്യവുമുള്ള ഒരു പറ്റം യുവാക്കളാണിവർ. രാഷ്ട്ര നിർമ്മാണത്തിനുതകുന്ന ഈ യുവ ശക്തിയെ കണ്ടില്ലെന്നു നടിക്കുന്ന സർക്കാരിന്റെ കെടുകാര്യസ്ഥത ചോദ്യം ചെയ്യപ്പെടേണ്ടതു തന്നെയാണ്. സ്മൃതിയുടെ വാക്കുകളിൽ വീണ്ടും വീര്യം പതഞ്ഞു.

അധികം ദൂരെയല്ലാതെ എണ്ണയിടാത്തതിനാൽ ചെമ്പിച്ച് പാറിയ മുടിയും പൊടി പിടിച്ച് മുഷിഞ്ഞ വസ്ത്രങ്ങളുമണിഞ്ഞ ഒരു കൂട്ടം പെൺകുട്ടികളുടെ ചിരികളികൾ.

ഹം കോ ടി വി മേം ലേംഗേ....? കൂട്ടത്തിലൊരുവൾ ജിജ്ഞാസുവായി.

ക്യോം നഹി.. ആപ് ലോഗ് നാചോ ഗാവോ... സ്മൃതി അവരുടെ ഉത്സാഹത്തിന് തിരി കൊളുത്തിക്കൊടുത്തു.

"ജീ ബർകോ ദേഖ് ലീജിയേ
ഹം കോ കരെ ബസേ
ഫിർ ബി ആപ് കെ നസീബ് മെം
യേ ബാത്ത് ഹോ ന ഹോ..."

തഴക്കം വന്ന നർത്തകിമാരെപ്പോലെ പെൺകുട്ടികൾ ചുവടുവയ്ക്കുന്നതിനിടയിലാണ് അർദ്ധനഗ്നയായ ഒരു പച്ചപ്പാവാടക്കാരി കൂട്ടത്തില്ലേക്കോടിയെത്തിയത്. നാരങ്ങാ വലിപ്പത്തിൽ തിടം വച്ചു വരുന്ന അവളുടെ മാറിലെ മാംസം ആർക്കും കൗതുകം പകരും വിധം മുഴച്ചു നിന്നു. നഗ്നത അവിടെ ആർക്കും പുതുമയല്ലായിരുന്നിട്ടു കൂടി, സ്വന്തം ദുപ്പട്ട അവളുടെ മേൽക്കിട്ട് കൊടുത്ത്... ജാകേ ചോളി പഹൻകേ ആജാ ബേട്ടീ... ഫോട്ടോ ലേംഗേ... എന്ന് അനുതാപാർദ്രമായ ഭംഗിവാക്കുകൊണ്ട് സ്മൃതി അവളെ പ്രലോഭിപ്പിച്ചു. സംശയക്കണ്ണുകളാൽ തിരിഞ്ഞു നോക്കിക്കൊണ്ട് ഏതോ ഗല്ലിയിലേക്ക് ആ പെൺകുട്ടി ഓടി മറഞ്ഞു.

പെൺകുട്ടികൾക്ക് പത്തു വയസ്സു കഴിഞ്ഞാലുടൻ നിർബ്ബന്ധമായി ഏതെങ്കിലുമൊരു പുരുഷനെ പിടിച്ചേല്പിക്കാറാണ് പതിവ്. ഭർത്താവിനേക്കാളുപരി അവിഹിത ഗർഭം പേറാതിരിക്കാൻ അവൾക്കൊരു രക്ഷകനെയാണ് ആവശ്യം. അതിനു കഴിഞ്ഞില്ലെങ്കിൽ അവൾ തെരുവിന്റെ സ്വന്തമാകും. മൂക്കുത്തിയണിഞ്ഞ ദേബ്ജാനി ചേരിയിലെ അരക്ഷിതാവസ്ഥയെപ്പറ്റി ഗാഢമായി പരിതപിച്ചു. അറവുകാരന്റെ ആട്ടിൻ പറ്റങ്ങളെപ്പോലെ സ്ത്രീജന്മത്തിന്റെ ദൈന്യം ചുമക്കുന്ന ആ കുഞ്ഞുങ്ങളെ

സംബന്ധിച്ച് ജീവിതം വലിയൊരു അനാഥത്വമാണെന്ന തിരിച്ചറിവായിരുന്നു സ്മൃതിക്ക്. ഏതോ കുപ്പത്തൊട്ടിയിൽ കളിക്കുന്നതിനിടയിൽ കിട്ടിയ അഴുക്കുപുരണ്ട ഒരു മൂവർണ്ണക്കൊടിയുമായി ദേബ്ജാനിയുടെ മകൻ ഉൾപ്പെടെ ഒരു സംഘം കുട്ടികൾ അപ്പോഴാണ് അങ്ങോട്ടേക്ക് ഓടിയെത്തിയത്.

"ദേഖോ അമ്മീ യെ തിരംഗ കച്ചറേ സെ മിലാ ഹെ"

എന്നു പറഞ്ഞുകൊണ്ട് സമീപത്തിരുന്ന ബക്കറ്റിൽ മുക്കി കഴുകിയ ശേഷം നിക്കറിന്റെ അരികുകൊണ്ട് തുടച്ച് ആരോചെയ്ത അപരാധത്തിന്റെ പ്രായശ്ചിത്തമെന്നോണം ആവേശത്തോടെ അത് അതുയർത്തിപ്പിടിച്ച് "ഭാരത് മാതാ കി ജെയ്"എന്നു വിളിച്ചുകൊണ്ട് അവർ അവിടെ പട്ടാളമാർച്ച് നടത്തി. ഭയം പൂത്തു മലരുന്ന കണ്ണുകളാൽ മഹാനഗരത്തെ നോക്കിക്കാണുന്ന അക്ഷരാഭ്യാസമില്ലാത്ത ആ കുഞ്ഞുങ്ങളുടെ ദേശസ്നേഹം ക്യാമറയിൽ പകർത്തുമ്പോൾ "അരേ വാഹ്" എന്നു അനൂപ് അറിയാതെ പറഞ്ഞുപോയി. ദുരയുടെ ഒറ്റവരകളാൽ എത്രകണ്ട് പാർശ്വവല്ക്കരിക്കാൻ ശ്രമിച്ചാലും, പട്ടിണി കിടന്ന് പുഴുവരിച്ചാലും ഇന്ത്യയുടെ ഞരമ്പിൽ വികാരം കൊള്ളുന്നവരാണ് അവിടെ ഓരോ കുഞ്ഞും എന്ന തിരിച്ചറിവ് സ്മൃതിയെ കോരിത്തരിപ്പിച്ചു.

അഹമ്മദാബാദ് വരാണസി എക്സ്പ്രസ് കടന്നുപോയതിന്റെ തൊട്ടുപിന്നാലെയാണ് ഏതാനും പേർ ഒരു ചെറിയ കുഞ്ഞിന്റെ ചോരയൊലിക്കുന്ന മൃതദേഹവുമായി അവിടേക്ക് വന്നത്. മുഖം വികൃതമായ കുഞ്ഞ് ആരുടേതെന്ന് നിശ്ചയമില്ല. നിമിഷ നേരംകൊണ്ട് ചെറുതല്ലാത്ത ഒരാൾക്കൂട്ടം അവിടെ രൂപപ്പെടുകയും ഒരെത്തിനോട്ടത്തിന്റെ നിസ്സഹായത ദാനം ചെയ്ത് പിരിഞ്ഞു പോവുകയും ചെയ്തു എണ്ണക്കൂടുതൽ കൊണ്ട് പേരുപോലുമില്ലാത്ത കുഞ്ഞുങ്ങളുള്ളിടത്ത്, മക്കളുടെ തലയെണ്ണി, കാണാതായ ആളെ തിരിച്ചറിയുമ്പോഴേക്കും കേവലം പട്ടിയും പൂച്ചയും ചത്തു മലരുന്ന ലാഘവത്തോടെ പുറമ്പോക്കിലെവിടെയെങ്കിലും ആ ജഡം കുഴിച്ചു മൂടിക്കഴിഞ്ഞിരിക്കും. ശാന്തിയും ശ്രാദ്ധവുമില്ലാതെ മണ്ണിനടിയിൽ ജീർണ്ണിച്ചഴുകുവാൻ വേണ്ടി കാമവെറിയന്മാർ ചേരിയിലുപേക്ഷിച്ചു പോകുന്ന ഉടുതുണിയില്ലാത്ത പെൺകുഞ്ഞുങ്ങളുടെ ജഡങ്ങൾ വേറേയും. മൗനം പുതപ്പിച്ച മരണം കറുത്ത വസ്ത്രങ്ങളണിഞ്ഞ് അവിടെ കറങ്ങിത്തിരിയുകയാണെന്ന് സ്മൃതിക്ക് തോന്നി.

രണ്ടു വാര അകലെ മറ്റൊരു ഗല്ലിയിലേക്ക് കടക്കാനൊരുങ്ങുമ്പോൾ കൂട്ടത്തിൽ നിന്ന് ഒരു കൊച്ചുപെൺകുട്ടി വിളിച്ചു പറഞ്ഞു....

"ഉധർ മത് ജാവോ. ബുരേ ബുരേ ലട്കി ലോഗ് രെഹ്തെ ഹെ ഉധർ."

ആളനക്കം കണ്ടപാടെ ചെളിയിൽ ചിക്കിച്ചിനച്ചു കൊണ്ടുനിന്ന കോഴികൾ ചിറകു കുടഞ്ഞ് നാലുപാടും ചിതറി. അവിടവിടെ നിന്ന പെൺകുട്ടികൾ തകരക്കൂടാരങ്ങൾക്കുള്ളിൽ മറഞ്ഞു. ചിലർ ദുപ്പട്ട കൊണ്ട് മുഖം മറച്ചു. തീക്ഷ്ണമായ ജീവിതാനുഭവങ്ങൾ, ഒരുപക്ഷേ,

എല്ലാത്തിലും ചതിയുടെ നിഴൽ കണ്ടെത്താൻ പ്രേരിപ്പിക്കുന്നതിനാലാവാം അങ്ങനെയെന്ന് സ്മൃതി ന്യായീകരിച്ചു. ഏതോ വിലകുറഞ്ഞ അലക്കു സോപ്പിട്ടു നിലത്തു വിരിച്ചിട്ട തുണികളിലെ മെഴുക്കിൽ ആഞ്ഞുരസുകയായിരുന്നു ബസന്തി. ക്യാമറ കണ്ടപാടേ കൈയിലെ സോപ്പുപത പാവാടത്തുമ്പിൽ തുടച്ചുകൊണ്ട് ആദ്യം അല്പം പരുങ്ങിയെങ്കിലും പിന്നീടവൾ വിടർന്നു ചിരിച്ചു. മൃണാൾ സെന്നിന്റെ *ബൈഗേ ശ്രാവൺ* എന്ന പടത്തിലെ നായിക റീമയെ ഓർമ്മിപ്പിക്കുന്ന ചിരി. കുലീനയെന്നു തോന്നിച്ചെങ്കിലും മാനസാന്തരത്തിന്റേതല്ലായിരുന്നു അവളുടെ വാക്കുകൾ.

എട്ടുമണിയുടെ ജമ്മുതാവി ഷാലിമാർ എക്സ്പ്രസ് കടന്നുപോയ ശേഷമാണത്രേ എല്ലാ ദിവസവും കൂട്ടിക്കൊടുപ്പുകാരായ ആണുങ്ങളോടൊപ്പം അണിഞ്ഞൊരുങ്ങിയ പെണ്ണുങ്ങൾ പാളം മുറിച്ചു കടക്കാറ്. ബസ്സ്റ്റാന്റിലും റെയിൽവേ സ്റ്റേഷൻ പരിസരത്തും കടത്തിണ്ണകളിലും വച്ച് രാത്രിയുടെ മറവിൽ ഇടപാടുകാരുമായി വിലപേശി കാറിലോ ഓട്ടോറിക്ഷകളിലോ നഗരപുരുഷന്മാരുടെ ആർത്തികളിലേക്ക് സഞ്ചരിക്കുമ്പോൾ അപരാധം ഒട്ടുമേ തോന്നാറില്ല. അരപ്പട്ടിണിയുടെ ആലയിലേക്ക് പെറ്റുവീഴുന്ന ഞങ്ങൾക്കും ജീവിക്കണ്ടേ? എ പടങ്ങൾ ഓടുന്ന തിയേറ്ററുകളിലേക്കാണ് ചിലർ കൊണ്ടുപോകാറുള്ളത്. ശരീരഭാഗങ്ങളിൽ തൊട്ടും തലോടിയും സിനിമയുടെ ഹരം നേരിട്ടനുഭവിക്കുകയാണ് അവരുടെ ലക്ഷ്യം. പിന്നെ ഏതെങ്കിലും ഹോട്ടൽ മുറികളിലേക്ക്..... രാത്രി മുഴുവൻ തുറന്നിരിക്കുന്ന തട്ടുകടകളുണ്ട് നഗരത്തിൽ. എല്ലാം കഴിഞ്ഞ് വയറു നിറയെ ഭക്ഷണവും കഴിച്ച് പുരുഷന്മാരുടെ വിയർപ്പ് മണക്കുന്ന ശരീരവും രാത്രിയുടെ ഭാരം തൂങ്ങിയ കണ്ണുകളുമായി തിരിച്ചെത്തുമ്പോഴേക്കും ലോകം ഉണർച്ച കൈവരിച്ചിട്ടുണ്ടാകും. ബസന്തിയുടെ ശബ്ദത്തിനൊത്ത് ക്യാമറ അപ്പോൾ സഞ്ചരിച്ചത് ഒറ്റമുറിക്കുള്ളിലെ അയയിൽ വിരിച്ചിട്ടിരിക്കുന്ന വിവിധ വർണ്ണത്തിലുള്ള പട്ടു സാരികളിലും തകിടുമേശമേൽ നിരന്നിരിക്കുന്ന ചാന്ത് കൺമഷി കുപ്പിവളകളിലുമാണ്. പൂനം, ഇഷ, ഫരീദ, ഗൗരി എന്നിവരും ലജ്ജയിൽ നിന്ന് മോചിതമായ തങ്ങളുടെ ശരീരസഞ്ചാരത്തിന്റേയും സ്ത്രീയിടങ്ങളിലേക്ക് ഇന്ദ്രിയസുഖങ്ങൾക്കായി നഗരപുരുഷന്മാർ കാട്ടിക്കൂട്ടുന്ന പരാക്രമങ്ങളുടേയും കഥകൾ ക്യാമറയ്ക്കു മുന്നിൽ ഉളുപ്പില്ലാതെ വർണ്ണിച്ചു.

ആവശ്യമുള്ള ഷോട്ടുകളെല്ലാം വളരെ കൃത്യമായി ലഭിച്ചതുകൊണ്ടാവാം "ഇറ്റ്സ് ടൈം ടു കൺക്ലൂഡ്" എന്ന് അനൂപ് ഓർമ്മിപ്പിച്ചത്. "ഭൂമിയിൽ നിന്ന് ഈ പ്രദേശത്തെ മാത്രം അടർത്തിയെടുത്ത് മറ്റേതെങ്കിലും വാസയോഗ്യമായ ഗ്രഹത്തിൽ കൊണ്ടുപോയി സ്ഥാപിച്ച് ഇവരെ അവിടത്തെ പ്രഭുക്കന്മാരാക്കണം നമുക്ക്. ഈ കുട്ടികൾക്ക് ഉടുപ്പുകളും കളിപ്പാട്ടങ്ങളും വയറു നിറയെ ഭക്ഷണവും നല്കണം." അവസാനഷോട്ടിനൊരുങ്ങുമ്പോൾ സ്മൃതി ആരോടെന്നില്ലാതെ ഭാവനാദീപ്തയായി.

ഡിസ്കോ ശാലകളും ലൈവ് മ്യൂസിക് വേദികളും ബിയർ പാർല

റുകളും നൈറ്റ് ക്ലബ്ബുകളും സമ്പന്നന്റെ വിനോദോപാധിയായി മാത്രം മാറുമ്പോൾ ഇടത്തട്ടുകാരായ നഗരപുരുഷന്റെ ഇംഗിതങ്ങൾക്കും ആഭാസന്മാരുടെ ചപലതകൾക്കും സ്വന്തം ശരീരത്തെ പണയം വയ്ക്കേണ്ടി വരുന്ന പെൺവ്യഥകൾ. ഉടഞ്ഞു തകർന്ന അവരുടെ ജീവിതങ്ങൾ ഇരുട്ടിന്റെ ആവരണമണിഞ്ഞ് രേഖപ്പെടുത്താതെ മാഞ്ഞുപോകുന്ന ഒരു ദേശത്തിന്റെ കാൽമുദ്രപോലെ കാലത്തിനൊപ്പം ചരിത്രമാകുന്നു. ഭാരതം ചേരികളുടെ നാടായിരുന്നുവെന്നും ജീവിതത്തിലേക്ക് ജ്ഞാനസ്നാനപ്പെടാൻ കൊതിച്ച ഒരു പുരുഷാരം ഭരണസിരാകേന്ദ്രത്തിന്റെ മൂക്കിനു താഴെ ഈ കൂത്താടിത്തെരുവിൽ വസിച്ചിരുന്നുവെന്നും വരും തലമുറകളിലെ ചരിത്രവിദ്യാർത്ഥികൾ എഴുതിവയ്ക്കും. പടിഞ്ഞാറേ ദില്ലിയിലെ മിഥില കോളനിയിൽ നിന്ന് കെ ബി എൻ ടിവിക്കു വേണ്ടി ക്യാമറ മാൻ അനൂപ് ശർമ്മയ്ക്കൊപ്പം സ്മൃതി ഗോകുൽ.

മടക്കയാത്രയിലുടനീളം സ്മൃതി മൗനത്തിലായിരുന്നു. ശിവജി മാർഗിൽ നിന്ന് ഗ്രാന്റ് പ്ലാസ റോഡിലേക്ക് കടക്കുമ്പോൾ ചൂലും ബക്കറ്റും കൈയിലേന്തി സ്വച്ഛ് ഭാരത് സുന്ദർ ഭാരത് എന്ന മുദ്രാവാക്യവുമായി ശുഭ്രവസ്ത്രധാരികളായ ചിലരുടെ പദയാത്ര കടന്നു പോകുന്നു. നിയമപാലകരുടെ ശക്തമായ ബന്തവസ്സും.. ഒക്ടോബർ ആദ്യവാരമല്ലേ പ്രധാന നിരത്തുകൾ വൃത്തിയാക്കാൻ നാടുവാഴിയും പരിവാരങ്ങളും നേരിട്ട് എഴുന്നള്ളുന്നുവത്രെ....

വൈഷ്ണവചനതോ... തേനി കഹിയെജേ.... ജീപ്പിൽ വച്ചുകെട്ടിയ മൈക്കിൽ നിന്ന് കാതടപ്പിക്കുന്ന ശബ്ദത്തിൽ ഭജൻ. സ്മൃതിയുടെ കണ്ണുകൾ നിറഞ്ഞു. പ്രപഞ്ചഗതിയുടെ ചാക്രികഭ്രമണത്തിനിടയിൽ മോക്ഷലബ്ദി കാത്ത് അതേ ഊണം വീണ്ടും മറ്റെവിടെയോ പിറവി കാത്ത പോലെ.

മൈൻഡ് ട്യൂണിങ്

റഫീഖ് പന്നിയങ്കര

ലോകത്തിന്റെ ഏതുകോണിലുള്ള മനുഷ്യനും ഉറക്കമില്ലായ്മയോളം വലിയ മാനസിക പ്രശ്നം വേറെ അനുഭവിച്ചിട്ടുണ്ടാവുമോ. ഉറക്കമില്ലെങ്കിൽ ആർക്കായാലും ഭ്രാന്തുവരുമെന്ന കാര്യം തീർച്ചയാണ്. ചില രാത്രികളിലെ ഉറക്കം മുറിയുന്നത് ഇങ്ങനെയൊക്കെയാണ്. പൂക്കളെക്കുറിച്ച് പാട്ടുപാടി ചിരിക്കുന്ന കൊച്ചു കുട്ടികൾ. സ്കൂളിന്റെ മേല്ക്കൂരയ്ക്കുമേൽ പതിക്കുന്ന വസ്തു ചിതറിത്തെറിക്കുന്നതിന്റെ പ്രകമ്പനം. ബെഞ്ചിലും ക്ലാസ്മുറിയിലും കുഞ്ഞുങ്ങൾ പാടിയ പാട്ടിന് മുകളിലും രക്തം കട്ടപിടിക്കുന്നു. കറുത്ത ബോർഡിലെ ചോക്കുവരയിൽ കൈയിൽ ഊന്നുവടിയും വട്ടക്കണ്ണടയും വിരിഞ്ഞ ചിരിയുമായി പ്രത്യക്ഷപ്പെട്ട മനുഷ്യൻ വിഷാദത്തോടെ ക്ലാസുമുറിയിൽ നിന്നും മുറ്റത്തേക്കിറങ്ങി തേങ്ങിക്കരയുന്നു.

സ്വപ്നങ്ങൾ ആവർത്തനവിരസതയുണ്ടാക്കുന്നില്ല. ദിവസം ചെല്ലുന്തോറും ചോരമണത്തിനും കരച്ചിലിനും കടുപ്പമേറി വരുന്നു. വന്യമൃഗങ്ങൾ വീട്ടുമുറ്റത്ത് മേയുന്നതും അവ മനുഷ്യരെ കാണുമ്പോൾ പേടിച്ച് മാളങ്ങളിലും മരപ്പൊത്തിലുമൊക്കെയായി ഒളിക്കുന്നതും ചിലപ്പോൾ മാറി വരുന്ന സ്വപ്നക്കാഴ്ചയാണ്.

ജീവിതം മടുത്തെന്ന് തോന്നാൻ ഒട്ടേറെ കാരണങ്ങളുണ്ടാവും മനുഷ്യന്. ആത്മഹത്യ ഭീരുക്കളുടെ അഭയകേന്ദ്രമാണെന്ന് എവിടെയോ വായിച്ചതോർക്കുന്നു. ആ ചിന്തയുടെ പരിണതഫലം ഉറക്കമില്ലാത്ത രാത്രികളെയാണ് കഴിഞ്ഞ കുറേ ദിവസങ്ങളായി അഭിമുഖീകരിക്കേണ്ടി വന്നത്. പ്രാണൻ വിട്ടൊഴിയാൻ മടിയുണ്ടെനിക്ക് എന്ന ദേഹത്തിന്റെ മുന്നറിയിപ്പുമാവാം ഒരുപക്ഷേ, ഇപ്പോഴത്തെ ഉറക്കമില്ലായ്മ.

എ സിയുടെ തണുപ്പ് അധികമെങ്കിൽ നോർമലാക്കാമെന്ന വിനയം

നിറഞ്ഞ ചെറുചിരി പൊടുന്നനെ മാഞ്ഞ് അയാളുടെ മുഖത്ത് ഗൗരവം പെയ്തു.

നന്ദഗോപാൽ ചിന്തയിൽനിന്നും പിടഞ്ഞത് അന്നേരമാണ്. ടൈ കെട്ടിയ കുറേ ആളുകൾ ഓഫീസിന്റെ പല ഭാഗങ്ങളിൽ പരസ്പരം സംസാരിക്കാതെ മുമ്പിലെ കമ്പ്യൂട്ടർ വെട്ടത്തിലേക്ക് നോക്കുകയും കീബോർഡും മൗസുമുപയോഗിച്ച് ഇടയ്ക്കെന്തൊക്കെയോ ചലിപ്പിക്കുകയും ചെയ്യുന്നുണ്ട്. തന്റെ മുമ്പിലിരിക്കുന്ന ടൈ കെട്ടിയ മനുഷ്യൻ വെച്ചു നീട്ടിയ ഫോട്ടോ ആൽബം നന്ദഗോപാൽ മൂന്നാം തവണയാണ് മറിച്ചു നോക്കുന്നത്. അന്നേരമാണയാളുടെ ഉള്ളിലേക്ക് അനാവശ്യചിന്തകൾ കൊളുത്തി വലിച്ചത്.

ഇനിയെന്ത് പറയണമെന്നറിയാതെ നന്ദഗോപാൽ അയാളുടെ കണ്ണിലേക്കും ടൈ കെട്ടി മുറുകിയ കഴുത്തിലേക്കും നോക്കി.

"സർ. ഞാൻ പ്രകാശ്ദേവ്." ടൈ കെട്ടിയ മനുഷ്യൻ സ്വയം പരിചയപ്പെടുത്തി.

"മൂന്നുമാസം മുമ്പ് പ്രമുഖ പത്രത്തിന്റെ ഞായറാഴ്ചപ്പേജിൽ ഈ സ്ഥാപനത്തെക്കുറിച്ചും ഇതുപോലുള്ള ഇടങ്ങൾ പുതിയ കാലത്ത് തീർത്തും അനിവാര്യമാണ് എന്നൊക്കെയുമുള്ള ഒരു തുറന്നെഴുത്ത് താങ്കൾ വായിച്ചു കാണും. സ്തുത്യർഹമായ പ്രവർത്തനങ്ങളാണ് ഞങ്ങൾ നിർവ്വഹിക്കുന്നത്."

പത്രം കണ്ടെന്നോ കണ്ടില്ലെന്നോ പറയാതെ നന്ദഗോപാൽ ഫോട്ടോ ആൽബത്തിന്റെ പേജുകൾ മറിച്ചു.

ഞങ്ങളുടെ സ്ഥാപനത്തിന്റെ മികവിൽ തൃപ്തരായ കസ്റ്റമേഴ്സിന്റെ ഫോട്ടോകളാണ് താങ്കളുടെ കൈയിലുള്ള ആൽബം നിറയെ. അദ്ധ്യാപകർ, ബാങ്ക് ഉദ്യോഗസ്ഥർ, കോളേജ് വിദ്യാർത്ഥികൾ, സാദാ വീട്ടമ്മമാർ തുടങ്ങി സമൂഹത്തിലെ വ്യത്യസ്ത മേഖലയിൽ നിന്നുള്ളവർ ഈ ആൽബത്തിൽ കാണാം. അവർ മരിക്കുന്നതിന് മുമ്പ് സന്തോഷത്തോടെ ഞങ്ങൾക്ക് നല്കിയ ഫോട്ടോകളാണ് ഇവയോരോന്നും. മരിക്കാൻ തീരുമാനിച്ചവരുടെ മുമ്പിൽ മാത്രമേ ഈ ആൽബം ഞങ്ങൾ തുറക്കുകയുള്ളൂ. കാരണം ജീവിച്ചിരിക്കുന്നവർ അറിയരുതല്ലോ ഇവർ ആത്മഹത്യ ചെയ്തതാണെന്ന്."

നന്ദഗോപാൽ ആൽബം മടക്കിവെച്ചു. "നമ്മുടെ വ്യവസ്ഥകൾ താങ്കൾക്ക് ഓക്കെയാണെന്ന് തോന്നുന്നുവെങ്കിൽ ഇനി കാര്യത്തിലേക്ക് കടക്കാം." എയർകണ്ടീഷൻ ചെയ്ത മുറിയിലായിരുന്നെങ്കിലും നെറ്റിയിൽ പൊടിഞ്ഞ വിയർപ്പ് നന്ദഗോപാൽ കർച്ചീഫെടുത്ത് തുടച്ചു.

"മിസ്റ്റർ പ്രകാശ്ദേവ്... ഞാനിവിടെയെത്തിയ കാര്യം കൂടുതൽ വിശദീകരിക്കേണ്ടല്ലോ. ഒരുപാട് ആലോചിച്ചു തന്നെയാണ് തീരുമാനിച്ചത്."

"നിങ്ങളുടെ ബ്രോഷറിലൂടെ കാര്യങ്ങൾ മനസ്സിലാക്കുകയും അതിനുള്ള സഹായം ഇവിടുന്നുണ്ടാകുമെന്നതും സന്തോഷം." "ശവമടക്ക്, ശ്രാദ്ധം, അസ്ഥിയൊഴുക്കൽ ചടങ്ങ് തുടങ്ങിയ എല്ലാ പത്രങ്ങളിലും

ഡമ്മി സൈസിൽ ഫോട്ടോയടക്കം മരണവാർത്ത പ്രസിദ്ധപ്പെടുത്തുന്നത്. അങ്ങനെ സർവ്വതും ഓകെ. ഭൂമിയിൽ നിന്നും രക്ഷപ്പെടുകയാണല്ലോ എന്ന സന്തോഷവും. നാടോ നാട്ടുകാരോ അറിയുന്നുമില്ല ജീവനൊടുക്കിയതാണെന്ന വിവരം."

"ഇതൊക്കെ ധാരാളം. പക്ഷേ, ഞാൻ പ്രതീക്ഷിച്ചതിലും ഏറെയാണ് താങ്കൾ ആവശ്യപ്പെടുന്ന പ്രതിഫലം."

നന്ദഗോപാൽ കർച്ചീഫ് വീണ്ടും നെറ്റിയിലൊട്ടിച്ചു. പ്രകാശ് ദേവിന്റെ മുഖം ചുളിഞ്ഞു.

"മിസ്റ്റർ നന്ദഗോപാൽ കമ്പനിയുടെ ടേംസ് ആന്റ് കണ്ടീഷൻ പ്രകാരം ഇവിടുത്തെ ആക്ടിവിറ്റീസിന് നോർമൽ ചാർജ്ജാണ് ഇപ്പോൾ പറഞ്ഞത്. മരണം എന്നത് കുട്ടിക്കളിയല്ലല്ലോ. ഇക്കാര്യത്തിൽ പിശുക്ക് കാണിക്കുന്ന ഒരാളെ ഞാനാദ്യമായാണ് കാണുന്നത്." "ഒരുപാട് പ്രോബ്ലംസിന്റെ നടുവിലാണ് ഞാൻ. എല്ലാം കൂടി ഓർത്തു ഭ്രാന്ത് പിടിപ്പിക്കുന്ന അവസ്ഥയിലാണിപ്പോൾ. പക്ഷേ, ഇത്രേം എക്സ്പെൻസീവാണ് താങ്കളുടെ ഡീലിങ് എങ്കിൽ തല്ക്കാലം എനിക്കിതിൽ താല്പര്യമില്ല എന്നു പറയേണ്ടി വരും."

നന്ദഗോപാൽ ഒറ്റശ്വാസത്തിൽ പറഞ്ഞു നിർത്തി. പ്രകാശ്ദേവ് കൂടുതൽ ശാന്തനായി. അയാൾ നന്ദഗോപാലിനെ നോക്കി ഒരു ജ്യൂസാവാം അല്ലേ എന്നു കണ്ണിറുക്കിക്കൊണ്ട് ടെലഫോൺ കൈയിലെടുത്തു. അല്പം കഴിഞ്ഞു. സുന്ദരിയായ ഒരു യുവതി ജ്യൂസ് നിറച്ച ഗ്ലാസുകൾ രണ്ടുപേരുടെയും മുമ്പിൽ വെച്ച് വിനയത്തോടെ ചിരിച്ച് തിരിച്ചു നടന്നു.

"അപ്പോൾ നമുക്ക് പിന്നെ കാണാം" നന്ദഗോപാൽ ഇരിപ്പിടത്തിൽ നിന്നുമുയർന്നു.

പ്രകാശ് സീറ്റിൽനിന്നും പൊടുന്നനെ എഴുന്നേറ്റ് നന്ദഗോപാലിന്റെ സമീപമെത്തി. അയാളുടെ വസ്ത്രത്തിലെ മുന്തിയ പെർഫ്യൂമിന്റെ സുഗന്ധം നന്ദഗോപാൽ ശ്വസിച്ചെടുത്തു.

"നന്ദഗോപാൽ താങ്കൾ കാര്യങ്ങൾ ഉറപ്പിക്കുമെന്ന് കരുതിയാണ് വിശദാംശങ്ങൾ അവതരിപ്പിച്ചത്. എല്ലാം കേട്ടു മനസ്സിലാക്കിയ ശേഷം പിന്മാറുന്നത് ശരിയല്ല."

നന്ദഗോപാൽ സീറ്റിലേക്ക് ചാഞ്ഞു. പ്രകാശ്ദേവും സീറ്റിലേക്ക് മടങ്ങി.

"ഇത് മര്യാദയല്ലല്ലോ സർ... സ്വന്തം തീരുമാനത്തിൽനിന്നും പിന്മാറുന്നത് ഒരാളുടെ സ്വാതന്ത്ര്യമല്ലേ." നന്ദഗോപാൽ സ്വരം കടുപ്പിച്ചു. പ്രകാശ്ദേവ് ശബ്ദമില്ലാതെ കുലുങ്ങിച്ചിരിച്ചു.

"മരണം തെരഞ്ഞെടുക്കാൻ ഒട്ടേറെ മാർഗ്ഗങ്ങൾ. അതിനെക്കുറിച്ച് കുറെ നേരത്തെ കൂടിയാലോചന. ഇതിൽ താങ്കൾ ഇൻവോൾവ് ആകുന്നില്ലെങ്കിൽ കുഴപ്പമില്ല. ഞങ്ങൾക്ക് നിർബ്ബന്ധിക്കേണ്ട കാര്യവുമില്ല. പക്ഷേ, ഞങ്ങളുടെ ഐഡിയാസിൽ ഏതെങ്കിലുമൊന്ന് ഭാവിയിൽ താങ്കൾ യൂസ് ചെയ്യില്ല എന്നതിന് എന്താണുറപ്പ്. മാത്രമല്ല ഇത്രയും

സമയവും പാഴാക്കിയില്ലേ. ആയതിനാൽ ഒരു നിശ്ചിത തുക താങ്കൾ നല്കിയേ മതിയാവൂ."

"ഈ രീതി നല്ലതെന്ന് കരുതുന്നുണ്ടോ. ഇത് മര്യാദയല്ല പ്രകാശ് ദേവ്."

"ങും..... മര്യാദ." പ്രകാശ്ദേവ് ചിറി കോട്ടി.

"പ്രിയപ്പെട്ടവരോടുള്ള ഉത്തരവാദിത്വങ്ങളിൽനിന്നും ഒഴിഞ്ഞുമാറി ജീവിതം അവസാനിപ്പിക്കാൻ ഇറങ്ങിത്തിരിച്ച ഒരാളാണോ എന്ന മര്യാദ പഠിപ്പിക്കുന്നത്. തന്നെപ്പോലെയുള്ള പേടിത്തൂറികൾ ഒത്തിരിയുണ്ടീ ഭൂമുഖത്ത്. അതാണെന്റെ സ്ഥാപനത്തിന്റെ പ്രചോദനവും."

പ്രകാശ്ദേവ് അലറിച്ചിരിച്ചു.

അയാളുടെ കണ്ണുകൾ ചുവന്നു. പല്ലുകൾ നീണ്ടുവളഞ്ഞ് വരുന്നതായി നന്ദഗോപാലിന് തോന്നി. കൺമുമ്പിലെ കാഴ്ചയിൽ ഇരുട്ട് നിറയുന്നു. ദേഹമൊന്നാകെ ബാധിച്ച വിറയലോടെ അയാൾ സീറ്റിൽ നിന്നുമെഴുന്നേറ്റു. ഇനി പുറത്ത് പോകണോ അകത്തിരിക്കണോ എന്നറിയാതെ നന്ദഗോപാൽ ആശയക്കുഴപ്പത്തിലായ നേരം പ്രകാശ്ദേവ് അയാളുടെ മുമ്പിലേക്ക് വന്നു നിന്ന് കടുത്ത ശബ്ദത്തിൽ അയാൾക്ക് മനസ്സിലാവാത്ത ഭാഷയിൽ വീണ്ടും എന്തൊക്കെയോ പറയാൻ തുടങ്ങി. "താൻ കൂടുതൽ സംസാരിക്കേണ്ട. എനിക്കിതിൽ താല്പര്യമില്ല."

നന്ദഗോപാൽ ചൂണ്ടുവിരൽ ചുണ്ടത്ത് വെച്ച് ക്രുദ്ധനായി

ശീതീകരണയന്ത്രങ്ങളുടെ മുരൾച്ചയിൽ തണുപ്പ് പരന്നൊഴുകുന്ന ദ്വീപായിരുന്നു ആ കെട്ടിടം. എന്നിട്ടുമയാൾ വിയർത്തൊലിച്ചു. ഭീകര രൂപം പൂണ്ട് ഒരു ഹിംസ്രജന്തുവായി പ്രകാശ്ദേവ് രൂപാന്തരം പ്രാപിക്കുന്നതിന് മുമ്പ് നന്ദകുമാർ അവിടുന്ന് പുറത്തിറങ്ങുമ്പോൾ കിതയ്ക്കുന്നുണ്ടായിരുന്നു.

അല്പനേരം മുമ്പിൽ കണ്ട വഴിയിലൂടെ അലസമായി നടന്നു. കിതപ്പൊന്നടങ്ങി. നന്നായി വിശക്കുന്നുണ്ട്. ഭക്ഷണം കഴിക്കാൻ റോഡരികിൽ കണ്ട റസ്റ്റോറന്റിലേക്ക് കയറി. ആളൊഴിഞ്ഞ മൂലയിലെ ടേബിളിൽ ചെന്നിരുന്ന് സപ്ലയറോട് ആവശ്യമുള്ളത് ഓർഡർ ചെയ്യുമ്പോഴാണ് അപരിചിതൻ മുമ്പിൽ വന്നുനിന്നത്.

"മിസ്റ്റർ നന്ദഗോപാൽ... വെരി സർപ്രൈസ്. എന്തായിവിടെ."

തന്റെയടുത്തേക്ക് വരുന്ന കട്ടിമീശയുള്ള സുന്ദരമുഖത്തെ ഓർത്തെടുക്കാൻ ശ്രമിച്ച് പരാജയപ്പെടുകയും നിറമില്ലാത്തൊരു ചിരി അന്നേരമയാളുടെ ചുണ്ടിൽ നിന്നിറ്റുകയും ചെയ്തു. അധികം വൈകാതെ ഓർഡർ ചെയ്ത ഭക്ഷണം മുമ്പിൽ വന്നു നിരന്നു. തനിക്കഭിമുഖമായി ഇരുന്ന് മുമ്പിലെ ഭക്ഷണത്തിൽനിന്നും യാതൊരു സങ്കോചവുമില്ലാതെ അല്പം നുള്ളിയെടുത്ത് വായിലിട്ട് ചവയ്ക്കുന്നതിനിടയിൽ ഒരു കോഫിക്കു മാത്രം അയാൾ ഓർഡർ ചെയ്തു.

"നന്ദഗോപാലിന് എന്നെ ഇനിയും മനസ്സിലായിട്ടില്ല. അതാ ഈ പകച്ച നോട്ടത്തിന്റെ അർത്ഥം." അപരിചിതന്റെ ഇമ്പമുള്ള സംസാരം.

"ഞാൻ സൽമാൻ ഹബീബ്. ആർട്സ് കോളേജിൽ ഒപ്പമുണ്ടായിരുന്നു."

"ഹായ് സൽമാൻ." നന്ദഗോപാലിന്റെ മുഖത്ത് പുഞ്ചിരി വിങ്ങി വീർത്തു. "ഏറെ കാലമായില്ലേ തമ്മിൽ കണ്ടിട്ട്. കുറേ കാലം ഗൾഫിലെ പൊള്ളൽ സഹിച്ച് കര പറ്റാൻ പാടുപെട്ടു. ഒരു യാത്രയ്ക്കിടയിലാണ് പടച്ചോൻ ജീവിക്കാനുള്ള വഴി കാണിച്ചു തന്നത്. വിജയത്തിലേക്കുള്ള മാർഗ്ഗങ്ങൾ എന്ന പേരിൽ ആളുകൾക്ക് ക്ലാസുകൾ നടത്താൻ ഗൾഫു രാജ്യങ്ങളിൽ കറങ്ങുന്ന ജോൺ പൗലോസിനെ പരിചയപ്പെടുന്നു. കുറച്ചു കാലം അയാൾക്കൊപ്പം കൂടി. പടച്ചോൻ തീരുമാനിച്ച ജീവിതം നമ്മൾക്കെങ്ങനെ തിരുത്തിയെഴുതാൻ കഴിയും. എന്നാലും ആളുകൾ കൂടും. വലിയ തുക പ്രവേശനഫീസായി ഈടാക്കും."

നന്ദഗോപാൽ താല്പര്യത്തോടെ സൽമാനെ കേട്ടിരുന്നു. "നമ്മൾ ഒരുപാട് ആഗ്രഹിക്കും. കടവുൾ, ദൈവം മറ്റൊന്ന് തലയിൽ കെട്ടിവെച്ചു തരും." ആവി പറക്കുന്ന കാപ്പി മേശപ്പുറത്തെത്തി. സൽമാൻ കാപ്പി ആസ്വദിച്ചു കുടിക്കുകയാണ്. "എല്ലാവർക്കും വിജയിക്കണം. വിജയത്തിലേക്കുള്ള കുറുക്കുവഴി തേടി ഇല്ലാത്ത പണമെല്ലാം എവിടുന്നെങ്കിലും നുള്ളിയൊപ്പിച്ച് മനുഷ്യർ വരും. അതുകൊണ്ടുതന്നെ അല്ലലില്ലാതെ ജീവിക്കാനുള്ള മാർഗ്ഗമായി."

കാപ്പികുടിച്ച് ഗ്ലാസ് ചില്ലുടേബിളിൽ ശബ്ദമുണ്ടാക്കാതെ വെച്ച് സൽമാൻ ടിഷ്യൂ പേപ്പർ കൊണ്ട് ചിറി തുടച്ചു. "അല്ലാ... നിങ്ങളുടെ ക്ലാസുകൊണ്ട് ആരെങ്കിലും വിജയിച്ചതായി. അതും അറിയണമല്ലോ" സംസാരത്തിന്റെ രസച്ചരട് പൊട്ടാതെയാണ് നന്ദഗോപാൽ ചോദിച്ചത്.

"പിന്നെ..... ഞാൻ പറഞ്ഞില്ല നമ്മുടെ വഴികാട്ടി ജോൺ പൗലോസ്. അദ്ദേഹം ഗൾഫിൽ പതിമൂന്ന് നഗരങ്ങളിലെ മൂന്നുമാസത്തെ സിറ്റിങ്ങു കൊണ്ടാ നഗരത്തിനടുത്ത് വലിയൊരു ബംഗ്ലാവ് പണിതത്. ജീവിത വിജയം തന്നെയല്ലേ അത്."

സൽമാൻ പരിസരം മറന്ന് ചരിച്ചു. നന്ദഗോപാലിന് ആ ചിരിയിൽ പങ്കുകൊള്ളാതിരിക്കാനായില്ല. "പറയൂ. നന്ദഗോപാൽ താങ്കളിപ്പോൾ എന്തു ചെയ്യുന്നു."

നന്ദഗോപാലിന്റെ മുഖത്തെ ചിരി മാഞ്ഞു. അയാൾ ഒന്നും പറയാതെ സൽമാന്റെ മുമ്പിൽ തല കുനിച്ചിരുന്നു.

റിസപ്ഷനിൽ നിന്നും താക്കോൽ വാങ്ങി വാതിലിന്റെ സ്വർണ്ണനിറമുള്ള പഴുതിൽ കടത്തി വാതിൽ തുറക്കുമ്പോൾ മുറിക്കുള്ളിൽ നിന്നും ആരുമിഷ്ടപ്പെടുന്ന ഒരു സുഗന്ധം പുറത്തേക്കൊഴുകി.

"ഈ നഗരത്തിൽ ഇനി മൂന്ന് ദിവസമേ ഞാനുണ്ടാവൂ. അടുത്ത ആറ് മാസം ഞാനും മേല്പറഞ്ഞ ജോൺ പൗലോസും ന്യൂയോർക്കിലായിരിക്കും. അവിടുത്തെ പല നഗരങ്ങളിൽ. സായിപ്പായി സ്വയം ഞെളിഞ്ഞു നടക്കുന്ന ചില മലയാളക്കാരനെ കണ്ടെത്തി കൂടുതൽ വിജയത്തിലേക്കുള്ള മാർഗ്ഗം വരച്ചു കൊടുക്കും."

"ഇന്ന് നമുക്കിവിടെ കിടന്ന് മറഞ്ഞുതീർന്ന കാലത്തിലൂടെ ഒന്ന് തിരിച്ചു പറക്കാം എന്താ." സൽമാൻ ഒരു കള്ളച്ചിരി ചുണ്ടിലൊളിപ്പിച്ചു. "നിന്നെ അലട്ടുന്ന പ്രശ്നങ്ങൾ ഒരുപക്ഷേ, എനിക്കു പരിഹരിക്കാൻ കഴിഞ്ഞാലോ. രാത്രിയിൽ നമ്മുടെ ജോൺ പൗലോസും ഇവിടെയെത്താൻ സാദ്ധ്യതയുണ്ട്."

സൽമാൻ അത്രയും പറഞ്ഞ് വസ്ത്രം അഴിച്ചുമാറ്റി ശരീരത്തെ ഒരു കൈലിക്കുള്ളിലേക്ക് മാറ്റിനട്ടു. നന്ദഗോപാൽ ബാത്റൂമിൽ കയറി മുഖവും കൈകാലുകളും കഴുകി. തണുത്ത വെള്ളം മുഖത്തുതട്ടിയപ്പോൾ വല്ലാത്തൊരു ഉന്മേഷം തോന്നി. ചുമരിൽ ഒട്ടിച്ചുവെച്ച വൃത്താകൃതിയിലുള്ള കണ്ണാടിയിൽ അയാളുടെ ഈറൻ മുഖം പ്രതിബംബിച്ചു. പൊടുന്നനെ പ്രതിബിംബം നന്ദഗോപാലിനോട് വശ്യമായി ചിരിച്ചു. കണ്ണാടിയിലെ നനവില്ലാത്ത മുഖം കണ്ട് അയാൾ ആശ്ചര്യപ്പെടുകയും സ്വന്തം മുഖത്ത് നിന്നും കൈയെടുത്ത് കണ്ണാടിയിൽ തൊട്ടുനോക്കുകയും ചെയ്തു. പരിഭ്രമിക്കരുതെന്ന താക്കീതായിരുന്നു പ്രതിബിംബത്തിൽ നിന്നും ആദ്യമുയർന്നത്.

ഭൂമിയിലെ ഇത്തിരിക്കാലത്തെ ജീവിതം മടുത്തെന്ന തോന്നൽ എങ്ങനെയാണുണ്ടാവുന്നതെന്ന കണ്ണാടിയിലെ ചോദ്യം പുറത്തു കടക്കാതെ ബാത്റൂമിനുള്ളിൽ പുകപോലെ പരന്നു. കണ്ണാടിയും പരിസരവും വ്യക്തമാവാത്ത രീതിയിൽ ചുറ്റും പുക കുമിയുന്നു. താനിപ്പോൾ വെള്ളിമേഘക്കെട്ടുകൾക്കിടയിലൂടെ തെന്നിയൊഴുകുകയാണെന്ന തോന്നൽ നന്ദഗോപാലിലുണ്ടായി. അന്നേരം ഭൂമിയിലെ പച്ചപ്പും ആകാശനീലിമയും അയാളെ വല്ലാതെ കൊതിപ്പിച്ചു. കാറ്റും നിലാവും അയാളെ തലോടി കടന്നുപോയി. വഴിതെറ്റി വന്ന ഒരു മഴത്തുള്ളി അയാളുടെ നെറ്റിയിൽ വീണു.

പുറത്ത് കോളിങ് ബെൽ ശബ്ദിക്കുന്നു.

ബാത്റൂമിനുള്ളിലെ പുകപടലങ്ങളും കണ്ണാടിയിലെ പ്രതിബിംബവും മാഞ്ഞിരുന്നു. അല്പം കഴിഞ്ഞപ്പോൾ സൽമാൻ ആരോടോ സംസാരിക്കുന്നത് കേട്ടു. ടൗവലിൽ മുഖം തുടച്ച് നന്ദകുമാർ ബാത്റൂമിൽനിന്നും പുറത്തിറങ്ങി.

ബാത്റൂമിൽ കയറിയിട്ട് ഒത്തിരിനേരമായല്ലോ എന്ന സൽമാന്റെ സ്വതസിദ്ധമായ ചിരിയോടുള്ള ചോദ്യത്തിനൊപ്പം ആഗതന് നന്ദഗോപാലിനെ പരിചയപ്പെടുത്തി. തിരിച്ച് നന്ദഗോപാലിനെ അയാൾക്കും.

മുറിയിൽ സൽമാന് അഭിമുഖമായി ഇരിക്കുന്നയാളുടെ മുഖം നന്ദകുമാറിന് കാണാൻ കഴിഞ്ഞില്ല.

"നന്ദഗോപാൽ... ഇതാണ് ഞാൻ പറഞ്ഞ ജോൺ പൗലോസ്"

ആഗതൻ അന്നേരം നന്ദഗോപാലിലേക്ക് തിരിഞ്ഞു. ഞൊടിയിടയിൽ ആഗതന്റെ മുഖം ജീവനില്ലാത്ത ഒരാളുടേതുപോലെയായി.

അയാളെ കണ്ട മാത്രയിൽ തന്നെ നന്ദഗോപാലിന്റെ നാവിലേക്ക് രാവിലെ കുടിച്ച തണുത്ത ജ്യൂസിന്റെ രുചിയില്ലായ്മ തികട്ടി വന്നു. മരിച്ചു

പോയവർ ജീവിച്ചിരിക്കുമ്പോൾ ചിരിച്ചു പകർത്തിയ മുഖച്ചിത്രങ്ങൾ നിറച്ച ആൽബം കൺമുമ്പിൽ പേജുകളായി നിവർന്നു. രാവിലെ കേട്ട മര്യാദ തെറിച്ച വാക്കുകൾ ചെവിക്കുള്ളിൽ മാറ്റൊലിയായി നിറഞ്ഞു.

നന്ദഗോപാൽ ഒന്നും സംഭവിക്കാത്ത ഭാവത്തിൽ ഗൂഢമായൊരു ചിരിയോടെ ഹസ്തദാനത്തിനായി അയാളുടെ അടുത്തെത്തി. യന്ത്രം കണക്കെ ജോൺ പൗലോസ് കൈ നീട്ടുകയും നന്ദഗോപാലിന്റെ കണ്ണിലേക്ക് നോക്കി വിക്കലോടെ സ്വയം പരിചയപ്പെടുത്താൻ വെപ്രാളപ്പെടുന്നതും എന്തിനെന്ന് സൽമാന് മനസ്സിലായില്ല.

ടൈ കെട്ടിമുറുക്കിയ കഴുത്തിലൂടെ ഒലിച്ചിറങ്ങുന്ന വിയർപ്പിൽ അയാൾ നനഞ്ഞു.

“സൽമാൻ.. എനിക്കിദ്ദേഹത്തെ പരിചയമുണ്ട്. അല്ലേ മിസ്റ്റർ പ്രകാശ്ദേവ്. ഓ, സോറി. മിസ്റ്റർ ജോൺ പൗലോസ്.” നന്ദഗോപാൽ സൽമാനെയും ആഗതനെയും നോക്കി വീതിയുള്ളൊരു ചിരി മുഖത്ത് മിന്നിച്ചു.

“സൽമാൻ നിങ്ങൾക്കൊരുപാട് ബിസിനസ് കാര്യങ്ങൾ ചർച്ച ചെയ്യാനുണ്ടാവും. ഞാൻ ഡിസ്റ്റേർബ് ചെയ്യുന്നില്ല. നമുക്ക് ഇനിയും കാണാം. അന്ന് വിശദമായി സംസാരിക്കാം.”

അത്രയും പറഞ്ഞ് നന്ദഗോപാൽ പുറത്തേക്കിറങ്ങാൻ ഭാവിച്ചു. അന്നേരം സൽമാന്റെ ഫോണിൽ വെട്ടം തെളിഞ്ഞു. പിന്നെ റിങ്ടോൺ സംഗീതവും. ഫോൺ കാതോടുചേർത്ത് സൽമാൻ മുറിയുടെ തെക്കുഭാഗത്തുള്ള കോറിഡോറിലേക്ക് നടന്നു.

പുറത്തിറങ്ങുന്നതിന് മുമ്പ് നന്ദഗോപാൽ ആഗതന്റെ ചെവിയോട് മുഖമടുപ്പിച്ചു. “ജീവിതം മതിയായവരുടെ മുമ്പിൽ മരണത്തിലേക്കുള്ള വഴികാട്ടിയാവുക. ഭൂമിയിൽ വിജയിക്കണമെന്ന വേവലാതിയുള്ളവർക്കിടയിൽ വെളിച്ചമാണെന്ന് തോന്നിപ്പിക്കുക. മനുഷ്യരുടെ ദൗർബല്യങ്ങളാണ് താങ്കളുടെ ജീവിതോപാധി. നിങ്ങളുടെ യഥാർത്ഥ പേര് എനിക്കറിയില്ല. അറിയാൻ ആഗ്രഹവുമില്ല. അതുകൊണ്ട് തന്നെ പേര് വിളിച്ച് യാത്ര ചോദിക്കുന്നില്ല. ജീവിതത്തിൽ ഇനി തമ്മിൽ കാണാതിരിക്കട്ടെ.”

നന്ദഗോപാലിനോട് പുഞ്ചിരിയോടെ എന്തോ പറയാൻ ജോൺ പൗലോസ് ചുണ്ടുവളച്ചു.

അത് കേൾക്കാൻ താല്പര്യമില്ലാതെ സൽമാൻ നടന്നുനീങ്ങുന്ന ഭാഗത്തേക്ക് നോക്കി നന്ദഗോപാൽ കൈവീശി. സൽമാൻ ഫോണിൽ നിന്നും ശ്രദ്ധ മാറ്റാതെ തിരിച്ച് കൈയുയർത്തുക മാത്രം ചെയ്തു.

പുറത്തെ രാത്രിവെളിച്ചത്തിന്റെ പകിട്ടിൽ മനുഷ്യരൊഴുകുന്ന നഗരത്തെരുവിലേക്ക് ചുണ്ടിലൊരു മൂളിപ്പാട്ടുമായി നന്ദഗോപാൽ നടന്നിറങ്ങി.

മോളിക്കുട്ടിയുടെ തിരോധാനം

പുന്നയൂർക്കുളം സെയ്നുദ്ദീൻ

ഇത് അവളുടെ സഹോദരൻ ഫ്രെഡ്ഡി പൊലീസിന് എഴുതി കൊടുത്ത പരാതിയാണ്. മാധ്യമങ്ങൾ അത് ചുഴഞ്ഞു കണ്ടു പിടിച്ചു. ഒരു കോട്ടയം പത്രക്കാരൻ എന്തൊക്കെയാണെഴുതി പിടിപ്പിച്ചിരിക്കുന്നത്. അവന്റെ അമ്മാവന്റെ മോളാണോ മോളിക്കുട്ടി? ഇത് കൊണ്ടൊന്നും ഈ മോനിച്ചനെ വീഴ്ത്താനാകില്ലെന്ന് ഈ പുല്ലന്മാർക്ക് ഇനിയും മനസ്സിലായിട്ടില്ലെന്നു തോന്നുന്നു. ഒരൊറ്റ ഫോൺ കാൾ മതി ഇവന്മാരുടെയൊക്കെ കുടുംബം കുളം തോണ്ടാൻ. നല്ല കരുത്തുള്ള പിള്ളാര് എന്തിനും റെഡിയായി നിക്കുവല്ലേ.

എല്ലാറ്റിനും സമയം അടുത്തുവരികയാണെന്നു തോന്നുന്നു. പക്ഷേ, ഇപ്പോൾ യഥാർത്ഥ ശത്രു ഫ്രെഡ്ഡിയാണ്. ആദ്യത്തെ ഇര അവനായിരിക്കണം. ഉന്നം പിടിച്ചു പായുന്ന പുലിയെപ്പോലെ ഒരേ ഒരു ഇരയ്ക്ക് പുറകെ ഓടുക. കുറകെ ചാടി വരുന്ന ഇരകളെ അവഗണിക്കുക. അതായിരിക്കണം തന്ത്രം.

മോളിക്കുട്ടിയെ കാണാതായതിനു താനാണ് ഉത്തരവാദി എന്നല്ലേ പറഞ്ഞുവച്ചിരിക്കുന്നത്. ചാനലുകാരുടെ വിടാതെയുള്ള ചർച്ചകൾ വേറെയും. മോളിക്കുട്ടി സുന്ദരിയാണ്. വെളുത്തു കൊലുന്നനെയുള്ള പെണ്ണ്. തിരുവല്ലായിലെ പള്ളിയിൽ വെച്ച് മനസ്സമ്മതം ചോദിക്കൽ കഴിഞ്ഞു നേരെ ഷാർജയിലേക്ക് കൊണ്ട് പോന്നു. അധികം ദിവസങ്ങൾ കഴിഞ്ഞില്ല. ഒരു ദിവസം രാവിലെ നോക്കുമ്പോൾ മോളിക്കുട്ടിയെ കണ്ടില്ല.

ബന്ധുക്കളായിട്ട് അവൾക്കിവിടെ അധികമാരുമില്ല. വകയിൽ ഒരു ആങ്ങളയുണ്ട് ഫുജൈറയിൽ. അവനാണ് ഫ്രെഡ്ഡി. സകലകുഴപ്പങ്ങൾക്കും കാരണക്കാരൻ. പത്രത്തിന്റെ മൂന്നാം പേജ് വീണ്ടും മറിച്ചു. 'മോളിക്കുട്ടിയുടെ തിരോധാനം അന്വേഷണം മോനിച്ചൻ എന്ന ബിനു

വിലേക്ക് നീളാൻ സാദ്ധ്യത: ഷാർജ പൊലീസ്.

ഷാർജ: നവവധു മോളിക്കുട്ടി ഷാർജയിൽ വെച്ച് കാണാതായതിന്റെ അന്വേഷണം ഭർത്താവ് മോനിച്ചനിലേക്ക് നീളാൻ സാദ്ധ്യത. മോളിക്കുട്ടിയുടെ ബന്ധുവായ ഫ്രെഡറിക് ആബേൽ ഷാർജ പൊലീസിൽ നല്കിയ പരാതിയിലാണ് മോനിച്ചനെതിരെ പരാതി ഉന്നയിച്ചിരിക്കുന്നത്. ഷാർജയിൽ ബന്ധുക്കളോ സുഹൃത്തുക്കളോ ഇല്ലാത്ത മോളി ആദ്യമായിട്ടാണ് യു എ യിൽ വരുന്നത്. അങ്ങനെ ഒരാൾക്ക് ഭർത്താവറിയാതെ എങ്ങോട്ടെങ്കിലും പോകാൻ കഴിയില്ല എന്നാണ് ഫ്രെഡറിക് പറയുന്നത്.

മോനിച്ചൻ പത്രം മടക്കി വെച്ചു. “അവന്റെ അമ്മേടെ ഒരു കണ്ടുപിടിത്തം. അന്വേഷിക്കട്ടെ, പൊലീസ് അന്വേഷിക്കട്ടെ അപ്പോൾ നോക്കാം.”

എ കെ 47 തോക്ക് അടക്കം സർവ്വ സന്നാഹങ്ങളുമായാണ് വെള്ളയിൽ നീല വരകളുള്ള ഷാർജ പൊലീസിന്റെ വാഹനം മോനിച്ചൻ ജോലി ചെയ്യുന്ന സ്ഥാപനത്തിനു മുന്നിൽ വന്നു നിന്നത്. വന്നപാടെ പൊലീസുകാർ മൊബൈൽ ഫോൺ പിടിച്ചു വാങ്ങി. പിന്നെ അൽ ഹീര സ്റ്റേഷനിൽ കൊണ്ടുപോയി ഉദ്യോഗസ്ഥർ മാറി മാറി ചോദ്യം ചെയ്തു. എന്നിട്ടെന്താ മോനിച്ചനിൽ നിന്ന് ഒരു വാക്ക് പോലും പ്രതികൂലമായി കിട്ടിയില്ല. ഒടുവിൽ കോടതിയിൽ ഹാജരാക്കാതെ കൂടെയുണ്ടായിരുന്ന സുഹൃത്തുക്കളുടെ ജാമ്യത്തിൽ വിട്ടയച്ചു. വിളിക്കുമ്പോൾ ഹാജരാകാമെന്ന വ്യവസ്ഥയിൽ മൂന്ന് നാല് ദിവസങ്ങൾക്കുശേഷം പത്ര സമ്മേളനം വിളിച്ച് പുതിയ വാർത്തയും കൊടുത്തു. മോളിക്കുട്ടി അവളുടെ പഴയ കാമുകന്റെ കൂടെ ഒളിച്ചോടിയതാണെന്ന്. മുറിയിൽ നിന്ന് പോകുമ്പോൾ അവളുടെ വസ്ത്രങ്ങളും ആഭരണങ്ങളും അടങ്ങുന്ന ബാഗും പാസ്പോർട്ടും കൊണ്ടുപോയിരുന്നു. തെളിവിനായി അവൾ സ്വന്തം കൈപ്പടയിൽ എഴുതി വച്ച കത്തും മാധ്യമങ്ങളെ കാണിച്ചു. “അച്ചായൻ എന്നെ കാണാതെ വിഷമിക്കരുത്. എന്നോട് ക്ഷമിക്കണം. വീട്ടുകാരുടെ നിർബ്ബന്ധപ്രകാരമായിരുന്നു ഈ വിവാഹം. പക്ഷേ, എന്നെ സ്നേഹിക്കുന്ന ഒരാളുണ്ട്. ഞാൻ അദ്ദേഹത്തോടൊപ്പം പോകുന്നു. വീണ്ടും ക്ഷമ ചോദിച്ചുകൊണ്ട് മോളിക്കുട്ടി.

മാധ്യമപ്രവർത്തകരിൽ പലരും ഈ കത്തിന്റെ ആധികാരികതയെ ചോദ്യം ചെയ്തു. പക്ഷേ, പലരും കത്ത് ശരിയാണെന്ന് വാദിക്കുകയും ചെയ്തു. മോനിച്ചൻ കത്ത് പൊലീസിൽ ഏല്പിച്ച് പരാതിയും നല്കി. പത്രങ്ങളിൽ കുറെ ദിവസങ്ങളിലായി വാർത്ത നിറഞ്ഞു നിന്നു. ചാനൽ ചർച്ചകളിൽ ഫ്രെഡ്ഡിയും ഒരു ഉയർന്ന പൊലീസ് ഉദ്യോഗസ്ഥനും നിറഞ്ഞു നിന്നു. ക്രമേണ മാധ്യമങ്ങൾ പതിവുപോലെ മോളിക്കുട്ടി തിരോധാനം വിസ്മരിച്ചു കളഞ്ഞമട്ടായി.

മാധ്യമപ്രവർത്തകരുടെ വകയായി പിന്നെയും ഫോൺ കാളുകളും അന്വേഷണങ്ങളും നിരന്തരം വന്നുകൊണ്ടിരുന്നു. രാപ്പകൽ ഇരിക്കപൊറുതിയില്ലെന്ന അവസ്ഥയായി. ചില മറ്റേ അവന്മാരുടെ ചോദ്യം കേട്ടാൽ മോളിക്കുട്ടിയ താൻ കൊന്നത് പോലെയാണ്. ഭാഗ്യത്തിന്

പൊലീസിന്റെ ഭാഗത്തു നിന്ന് കാര്യമായ അന്വേഷണങ്ങളൊന്നും വന്നില്ല. രണ്ടാമതൊരിക്കൽ കൂടി പൊലീസ് സ്റ്റേഷനിൽ വിളിപ്പിച്ചു. അപ്പോൾ വലിയ സന്നാഹങ്ങളൊന്നും ഇല്ല. ഒരു മുറിയുടെ വാതിലിനു മുൻപിൽ നിരവധി മനുഷ്യർ. ആണും പെണ്ണുമൊക്കെയുണ്ട്. നിരവധി ഭാഷക്കാർ, വേഷക്കാർ. അധികവും ഏഷ്യൻ വംശജരാണ്. ഇന്ത്യ, പാക്കിസ്ഥാൻ, ബംഗ്ലാദേശ് തുടങ്ങിയ രാജ്യങ്ങളിൽ നിന്നുള്ളവർ. റഷ്യക്കാരും ഉസ്ബെകിസ്ഥാനികളുമായ പെണ്ണുങ്ങൾ. കൂട്ടത്തിൽ ചെറുപ്പക്കാരികളുമുണ്ട്. അവരിൽ കുറേ പേർ അനാശാസ്യത്തിനു പിടിയിലായതാകാം. മറ്റു ചിലർ അന്നത്തെ അന്നത്തിനുവേണ്ടി വഴി വാണിഭം നടത്തിയവർ. ചിലർ കൊടും ക്രിമിനലുകളായിരിക്കാം. മുഷിഞ്ഞ വസ്ത്രങ്ങൾ ധരിച്ചിരിക്കുന്നു. പുരുഷന്മാർ ആരും ഷേവ് ചെയ്തിട്ടില്ല. ചീകാത്ത അലങ്കോലമായ മുടി. കൈകളിൽ വിലങ്ങണിയിച്ചിരിക്കുന്നു. ചിലരെ പരസ്പരം ചേർത്താണ് ബന്ധിച്ചിരിക്കുന്നത്. മനസ്സ് മടുപ്പിക്കുന്ന കാഴ്ചകൾ. എല്ലാവരെയും നാടു കടത്താനുള്ള തയ്യാറെടുപ്പിലാണെന്ന് തോന്നുന്നു. മുതിർന്ന ഒരു ഉദ്യോഗസ്ഥന്റെ മുറിയിൽ കൊണ്ടുപോയി. ആജാനുബാഹുവായ ഒരാൾ. വെട്ടി സെറ്റ് ചെയ്ത താടി. കട്ടിയുള്ള മീശ.

"മര്യാദയ്ക്ക് സത്യം പറഞ്ഞു കൊള്ളണം. അല്ലെങ്കിൽ നിങ്ങൾ ഒരുപക്ഷേ, പിന്നീട് വെളിച്ചം കണ്ടെന്നു വരില്ല."

"സത്യത്തിൽ എനിക്കൊന്നും അറിയില്ല സാർ. അവൾ ഒളിച്ചോടിയതായാണ് ഞാൻ മനസ്സിലാക്കുന്നത്. അവൾ എഴുതി വെച്ച കത്തും ഞാൻ പൊലീസിൽ ഏല്പിച്ചിട്ടുണ്ട്. അവളെ കാണാത്തതിൽ എനിക്കും വിഷമമുണ്ട്."

മോനിച്ചൻ കൈലേസെടുത്ത് കണ്ണുകൾ തുടച്ചു.

"ഇപ്പോൾ പൊയ്ക്കൊള്ളൂ. വിളിച്ചാൽ വരണം."

"വരാം സാർ. എപ്പോൾ വേണേലും വരാം."

സ്റ്റേഷനു പുറത്തു കടക്കുമ്പോൾ മലയാളിയായ ഓഫീസ് ബോയ് പറഞ്ഞു:

"ഐസിനുമേൽ കിടത്തുക, നുണ പരിശോധനയ്ക്ക് വിധേയമാക്കുക ഇത്യാദി ഒരുപാട് കടമ്പകൾ ഇനിയും കടക്കാനുണ്ടാകും." കന്തൂറ ധരിച്ച് അറബി മാതൃകയിൽ താടി വെച്ച ബോയ് പരിഹാസച്ചിരി ചിരിച്ചു.

മാസങ്ങൾ കടന്നുപോയി. കാര്യമായ അന്വേഷണങ്ങളൊന്നും പുരോഗമിച്ചില്ല. ഫ്രെഡ്ഡി മാത്രം പലപ്പോഴായി വിളിച്ചു. അവന്റെ കാൾ ആകട്ടെ അറ്റൻഡ് ചെയ്തതുമില്ല.

അങ്ങനെ ഇരിക്കെ ഒരു ദിവസം നാട്ടിലേക്കു തിരിച്ചു. എയർപോർട്ടിൽ നിന്ന് പോകാൻ കഴിയില്ല എന്നാണ് കരുതിയത്. നെഞ്ചിടിപ്പോടെയാണ് പാസ്പോർട്ട് കൺട്രോൾ സെക്ഷനിൽ എത്തിയത്. അവിടെ കാര്യമായൊന്നും ചോദിച്ചതുമില്ല.

എത്ര പെട്ടെന്നാണ് കാര്യങ്ങൾ മാറി മറിഞ്ഞത്. ശീതക്കാറ്റ് വീശുന്ന ശിശിരത്തിലെ വൈകുന്നേരം. റോഡിനപ്പുറത്ത് വിശാലമായ മൈതാനത്തിലെ ഓക്കു മരങ്ങളിൽ കുരുവികളും വണ്ണാത്തിക്കിളികളും ചേക്കേ

റാൻ തുടങ്ങിയിരിക്കുന്നു. വലിയ മഹാഗണി മരങ്ങളിൽ ദേശാടനക്കിളികൾ കൂട് വെച്ചിട്ടുണ്ട്. ചൂളൻ ഇരണ്ടകളാണ് അധികവും. പിന്നെ വർണ്ണ കൊക്ക്, ഐബിസ് മുതലായവ വേറെയും.

അതിശക്തമായി വാഹനം ബ്രേക്ക് ചെയ്യുന്ന ശബ്ദമാണ് കേട്ടത്. ഇടിയുടെ ആഘാതത്തിൽ റോഡിനരികിലെ ഇട ഭിത്തിയിൽ തലയടിച്ചു വീണത് മാത്രം ഓർമ്മയുണ്ട്. പിന്നീട് ദിവസങ്ങളോളം അബോധാവസ്ഥയിൽ. ഒരു മാസത്തോളം കോമയിൽ കിടന്നുവെന്നാണ് കേട്ടത്.

അപ്പോഴേ തീർന്നിരുന്നെങ്കിൽ എന്ന് ചിന്തിച്ച നിമിഷങ്ങളുണ്ട്. ഇപ്പോൾ ബെഡ്ഡിൽ നിന്നെണീക്കണമെങ്കിൽ പരസഹായം വേണം. സഹായത്തിനായി വീട്ടിൽ ഒരു ചെറുക്കൻ വരും. അവൻ എഴുന്നേല്പിച്ചിരുത്തും. വിശാലമായ ഈ വീട്ടിൽ തനിച്ചാണ്. രാത്രിയിൽ മുകളിലത്തെ ചില മുറികളിൽ വിളക്കു തെളിയുന്നതും സംസാരങ്ങളും കേൾക്കാം. രാത്രിയിൽ ആര് വരാനാണ് പൂട്ടിയിട്ട ഈ വലിയ വീട്ടിൽ? വേലക്കാരൻ രാമൻ കുട്ടി വൈകിട്ട് 8 മണിയാകുമ്പോഴേക്കും സ്ഥലം വിടും. പിന്നെ കനത്ത ഏകാന്തതയാണ്. എത്ര കൊല്ലമായി ഈ കിടപ്പ് കിടക്കാൻ തുടങ്ങിയിട്ട്. മൂന്നു നാലു കൊല്ലങ്ങൾ കഴിഞ്ഞു കാണണം. ആദ്യമാദ്യം വല്ലവരുമൊക്കെ കാണാൻ വരുമായിരുന്നു. അത് പിന്നെ കുറഞ്ഞുകുറഞ്ഞ് ആരും തന്നെ കടന്നു വരാത്ത അവസ്ഥയായി. ഇലക്ഷൻ കാലത്ത് പോലും ഒരു സ്ഥാനാർത്ഥിയെങ്കിലും വരാതായി.

മയങ്ങാൻ തുടങ്ങിയപ്പോഴാണ് കിണറ്റിൽ ഒരു പൂച്ച വീണത്. അത് മരണ വെപ്രാളത്തിൽ കിണറ്റിന്റെ ആഴത്തിൽ കിടന്നു പിടച്ചു. വളരെ ആഴമുള്ള കിണറാണ്. അടിയിലേക്ക് ചെല്ലും തോറും ചുറ്റുവരികൾക്ക് അകലം കുറയുന്നു. വെള്ളത്തിൽ വെളിച്ചം ഓളം വെട്ടുന്നു. പെട്ടെന്നാണ് പൂച്ച കിണറ്റിൽ നിന്ന് ഓടിക്കയറിയത്. അത് തന്റെ കാലുകളിലൂടെ കയറി അരയിലൂടെ കയറി നെഞ്ചിൻ കൂടുവരെയെത്തി. അതിന്റെ നഖങ്ങൾ കൊണ്ട് തന്റെ കാലുകളിലും വയറ്റിലും മുറിവേറ്റിരുന്നു. നെഞ്ചിൽ അമർത്തി മാന്തുകയാണിപ്പോൾ.

“ഛെ, എന്താണിത്? പോകൂ” സർവ്വശക്തിയുമെടുത്ത് അതിനെ തള്ളി മാറ്റാൻ ശ്രമിച്ചു. അപ്പോൾ വെള്ള വസ്ത്രങ്ങൾ ധരിച്ച ഒരു യുവാവ് പറഞ്ഞു “കണ്ടില്ലേ ഒരുപാടു മുറിവുകളുണ്ടായിരുന്നു ശരീരത്തിൽ,” നോക്കുമ്പോൾ അയാളുടെ ശരീരത്തിൽ അവിടവിടെ വെച്ചു കെട്ടിയ മുറിവുകളിൽ ചോര വാർന്നുകൊണ്ടിരുന്നു.

“അങ്ങനെയാണ് ഞാൻ മരിച്ചത്. അല്ല, അവരെന്നെ കൊന്നത്.”

“ഹേയ്, ആരാണു നിങ്ങൾ? ലൈറ്റിട്ടു നോക്കിയപ്പോൾ ആരെയും കണ്ടില്ല. പുറത്തെങ്ങും കനത്ത ഇരുട്ടായിരുന്നു. ഭാഗികമായി ഉദിച്ചു നിന്ന ചന്ദ്രനെ കറുത്ത മേഘങ്ങൾ വന്നു മൂടിയിരുന്നു. ലൈറ്റണച്ചു അല്പം കഴിഞ്ഞപ്പോഴതാ മുകളിലത്തെ നിലയിൽനിന്നും ഒരു സ്ത്രീയുടെ അട്ടഹാസം. വാതിലിൽ ആരോ ശക്തിയായി തട്ടുന്നു. കുറച്ചു കഴിഞ്ഞു എല്ലാം നിശ്ശബ്ദമായി.

ശരീരം അനങ്ങാൻ പോലും കഴിയുന്നില്ല. എണീറ്റിരിക്കാൻ ശ്രമിച്ചെങ്കിലും വിഫലമായി.

നീലാകാശത്ത് നക്ഷത്രങ്ങളുണ്ട്. ചന്ദ്രനെ മറച്ചിരുന്ന മേഘങ്ങൾ പയ്യെ പയ്യെ നീങ്ങിത്തുടങ്ങി. വാതിൽ തള്ളിത്തുറന്നുകൊണ്ട് ഒരാൾ അകത്തേക്ക് കയറി. ഒരു യുവതിയാണ്.

"ദൈവമേ, വാതിൽ അടച്ചിട്ടതായിരുന്നല്ലോ? ഇതെങ്ങനെ അവൾ തുറന്നു." അതോ അടക്കാൻ മറന്നോ? മുൻവശത്തെ വാതിൽ താഴിട്ട ശേഷം അടുക്കള വാതിൽ വഴിയാണ് രാമൻ കുട്ടി പോകുന്നത്. അടുക്കള വാതിൽ അവൻ പുറത്തു നിന്ന് താക്കോലിട്ടു പൂട്ടും.

"എന്നെ ഓർമ്മയുണ്ടോ?" യുവതി ചിരിച്ചു.

"ദൈവമേ, ഇത് മോളിക്കുട്ടിയല്ലേ? ഇതെങ്ങനെ ഇവൾ?"

"നിങ്ങൾ എന്താ ചിന്തിക്കുന്നത്?"

"............" അയാൾക്ക് ഭയംകൊണ്ട് നാവിറങ്ങിപ്പോയി.

"പറയണമെന്നില്ല. എനിക്കറിയാം? ഞാൻ എങ്ങനെ ഇവിടെ വന്നു എന്നല്ലേ?"

"ദേ, ഇന്നത്തെ ദിവസം നിങ്ങൾക്കോർമ്മയുണ്ടോ? നമ്മുടെ മനസ്സമ്മതം ചോദിച്ച ദിവസം. ഇടവകയിലെ പള്ളിയിൽ വെച്ച് തണുപ്പുള്ള ഡിസംബറിലെ ഒരു പ്രഭാതമായിരുന്നു അത്. അന്ന് നിങ്ങൾ അണിയിച്ച മോതിരം. ദേ, നോക്കൂ."

അവൾ മോതിരം ഊരി അയാൾക്കു നേരെ നീട്ടി. മേതിരത്തിലുണ്ടായിരുന്ന ചുവന്ന രത്നക്കല്ലിന്റെ കിരണങ്ങൾ അയാളുടെ കണ്ണുകളിൽ പ്രതിഫലിച്ചു.

"ഇല്ല. നിങ്ങൾക്കൊന്നും ഓർമ്മ കാണാൻ വഴിയില്ല." അപ്പോഴവളുടെ കണ്ണുകൾ നിറയുന്നുണ്ടായിരുന്നു. ഓർമ്മകളുടെ പെരുമഴക്കാലമായിരുന്നു അയാളുടെ മനസ്സിലപ്പോൾ.

"ഷാർജയിൽ ഞാൻ എത്തിയതിന്റെ ഏഴാം ദിവസം നിങ്ങളുടെ കൂട്ടുകാരനും ഭാര്യയും എന്നെ കാണാൻ വന്നതോർമ്മയുണ്ടോ. അന്ന് നിങ്ങൾ ഫോൺ ചെയ്തു പറഞ്ഞത്. മോളിക്കുട്ടീ, എന്റെ സുഹൃത്ത് രതീഷും ഭാര്യ വനജയും വരുന്നുണ്ട്. നീ അവരുടെ കൂടെ പൊയ്ക്കോ. ജോലി കഴിഞ്ഞ് അരമണിക്കൂറിനകം ഞാനങ്ങോട്ടു വരുന്നുണ്ട്. അന്ന് ഞാനവരുടെ കാറിൽ പുറപ്പെട്ടതാണ്. പിന്നെ എന്തൊക്കെ സംഭവിച്ചുവെന്ന് നിങ്ങൾക്കോർമ്മയുണ്ടോ? എങ്ങനെ ഓർമ്മയില്ലാതിരിക്കും അല്ലേ.

പിന്നീടൊരിക്കലും നിങ്ങൾ എന്നെ തിരഞ്ഞു വന്നില്ല. ഫോൺ ചെയ്തപ്പോഴൊന്നും നിങ്ങൾ എടുത്തില്ല. പിന്നീടൊരു നാൾ നിങ്ങളുടെ മൊബൈൽ ഫോൺ നിശ്ശബ്ദമായി.

അവരുടെ തടവറയിൽ എന്നോടൊപ്പം വേറെയും യുവതികളുണ്ടായിരുന്നു. അവരിൽ പലരും ആ തൊഴിലിൽ ഏർപ്പെട്ടു കഴിഞ്ഞിരുന്നു. എന്നെയും തൊഴിലിലിറക്കാൻ മാനസികവും ശാരീരികവുമായി പീഡിപ്പിച്ചു കൊണ്ടിരുന്നു. ഫ്രെഡ്ഡിയെ ഞാൻ പല തവണ ഫോണിൽ വിളിച്ചു. അവന്റെ ഫോൺ സ്വിച്ച് ഓഫ് ആയിരുന്നു. അവനെന്തെങ്കിലും സംഭവി

ച്ചിരിക്കുമെന്ന് ഞാൻ ഭയപ്പെട്ടു.

നീ എന്താ മറുപടിയൊന്നും പറയാത്തത്? നാവിറങ്ങിയോ? അതോ ചത്തോ? നീ അങ്ങനെ എളുപ്പം കൊണ്ടൊന്നും ചാകില്ല. അല്ലെങ്കിൽ ചാകാൻ പാടില്ല."

അയാൾ മുരടനക്കി. "ഫ്രെഡ്ഡി ഒരു നാൾ അസുഖമായി കിടപ്പിലായ അമ്മയെ കാണാൻ നാട്ടിൽ പോയിരുന്നു. ഒരു യാത്രയ്ക്കിടെ അവനെ കാറിൽ പിന്തുടർന്ന ചിലർ...."

"എന്താ നിർത്തിക്കളഞ്ഞത് ബാക്കി കൂടി പറയൂ"

അയാൾക്ക് ഒന്നും പറയാനാകുമായിരുന്നില്ല.

"നിനക്ക് പിന്നീടെന്താണ് സംഭവിച്ചത്. അത് പറയൂ"

"എന്ത് പറയാൻ. എനിക്ക് അഭിമാനമായിരുന്നു വലുത്. കെട്ടിടത്തിന്റെ ഏഴാം നിലയിൽ നിന്ന് യുവതി താഴോട്ടു ചാടിയെന്നു ഒരു പക്ഷേ, മാധ്യമങ്ങളിൽ വാർത്ത വന്നു കാണും. അതോ അതും അവർ പൂഴ്ത്തിയോ എന്നും അറിയില്ല."

"അച്ചായാ നിങ്ങളാരോടാ സംസാരിച്ചു കൊണ്ടിരിക്കുന്നത്?" രാമൻ കുട്ടി കടന്നു വന്നു.

"ഏയ് ഞാനാരോടും സംസാരിച്ചില്ലല്ലോ, നിനക്ക് തോന്നിയതാകും."

"ഞാൻ ഒരു കാര്യം പറഞ്ഞാൽ നീ അനുസരിക്കുമോ?"

"അച്ചായൻ പറഞ്ഞാൽ ഞാൻ അനുസരിക്കാതിരിക്കുമോ, എന്താണെങ്കിലും പറയൂ."

നട്ടെല്ലിന്നടിഭാഗത്തുനിന്നു പുളഞ്ഞുതുടങ്ങിയ അതിശക്തമായ വേദന പുറത്തുകൂടെ മിന്നി തലച്ചോറിലേക്ക് കടക്കുന്നു. തീ ചാട്ടവാറിന്റെ അടിയേറ്റതുപോലെ അയാൾ പുളഞ്ഞു. "ദൈവമേ, എന്തൊരസ്സഹനീയമായ വേദന. എങ്ങനെ ജീവിതം മുന്നോട്ടു കൊണ്ടു പോകും?

രാമൻ കുട്ടീ, നിനക്കെന്നെ ഒന്ന് കൊന്നു തരാവോ, ഒരു ദയാ വധം. ഒരല്പം വിഷം. അല്ലെങ്കിൽ കുറച്ച് ഉറക്ക ഗുളികകൾ. ഒരാളും നിന്നെ സംശയിക്കുകയുമില്ല."

"ഇല്ല, എനിക്കതിനു കഴിയില്ലാ അച്ചായാ."

"നോക്കൂ, എന്റെ സകല സ്വത്തുക്കളും നിന്റെ പേർക്കെഴുതി തരാം. പ്ലീസ്.... പ്ലീസ്.....രാമാ, എന്റെ അവസ്ഥയൊന്നു മനസ്സിലാക്കൂ." അയാളുടെ കണ്ണുകൾ നിറഞ്ഞു തലയിണയിലേക്കൊഴുകി. തലയിണ കുതിർന്നു.

ദയനീയമായ നിറഞ്ഞ കണ്ണുകൾ നോക്കി രാമൻ കുട്ടി പറഞ്ഞു. "ഇല്ല അച്ചായാ, നിങ്ങൾ എത്ര സ്വത്തുകൾ തന്നാലും എനിക്കതിനാവില്ല. നിങ്ങളെയന്നല്ല ഒരാളെയും കൊല്ലാൻ എന്നെക്കൊണ്ടാവില്ല."

വേദന സഹിയാഞ്ഞ് അയാൾ ഇരു തുടകളിലും നഖങ്ങൾ കുത്തിയിറക്കി. അപ്പോൾ വലിയ ഒരു കടവാവൽ ജനലഴികൾക്കിടയിലൂടെ മുറിക്കകത്തേക്ക് പറന്നു വന്നു. ചുവന്ന രത്നക്കല്ലുകൾ പോലെയായിരുന്നു അതിന്റെ കണ്ണുകൾ.

ചുടലമുത്തുവിന്റെ ജന്മാന്തരങ്ങൾ

നജീം കൊച്ചുകലുങ്ക്

അബ്ദുൽ ഖാദർ വളരെ കാലത്തിന് ശേഷം ഗന്ധങ്ങളെ തിരിച്ചറിയാൻ തുടങ്ങി. കളഞ്ഞുപോയത് തിരിച്ചുകിട്ടിയ മൂക്കിനെ അയാൾ അരുമയോടെ തലോടി. വായുവിൽ പുരണ്ട മനുഷ്യവിസർജ്ജ്യത്തിന്റെ നാറ്റമാണ് അതാദ്യം പിടിച്ചെടുത്തത്. മൂക്കിന് ചുറ്റുമുള്ള മാംസപേശികൾ വലിഞ്ഞുമുറുകി.

തീരെ സുഖമുണ്ടായിരുന്നില്ല. ജലദോഷവും പനിയുമായി ഒരേ കിടപ്പായിരുന്നു. മനസ്സിനായിരുന്നു സ്വൈരക്കേട്. മൂന്നുദിവസമാണ് കിടന്നത്. ജീവിതത്തിലെ ആദ്യത്തെ നീണ്ട കിടപ്പ്. ആ കിടപ്പിൽ കിടന്ന്, ജീവിതത്തിൽ കഴിഞ്ഞുപോയ അമ്പത്തിരണ്ടു വർഷവും ഒരു സിനിമയിലെന്നപോലെ അയാൾ ഓർത്തെടുത്തു.

ആ പുസ്തകവും ഒന്നുകൂടി വായിച്ചു.

തലയിണയുടെ അടിയിൽനിന്ന് പുസ്തകം വലിച്ചെടുത്ത് കട്ടിലിലിരുന്നുകൊണ്ട് വീണ്ടും ആ അക്ഷരങ്ങളിൽ കണ്ണുകൾ കൊണ്ടുഴിഞ്ഞു. *തോട്ടിയുടെ മകൻ* സ്വന്തം ജീവിതത്തെ വായിക്കാൻ അയാളെ പ്രേരിപ്പിച്ച പുസ്തകമായിരുന്നു അത്. വായിച്ചുപൂർത്തിയാക്കിയ ദിവസം അടക്കിനിർത്താനാവാതെ അയാൾ പൊട്ടിയൊലിച്ചു.

കരച്ചിൽ കേട്ട് ഞെട്ടിയെഴുന്നേറ്റ സക്കീർ തുറിച്ച കണ്ണുകളോടെ ബാപ്പയെ നോക്കി. കുറച്ചു ദിവസമായി അവന് ബാപ്പയോട് പിണക്കമാണ്. എന്തിനാണ് കരയുന്നതെന്ന് ചോദിക്കാൻ വയ്യ. ചോദിച്ചില്ല. ഊഹിക്കാനായി. ഈ അവസ്ഥയ്ക്ക് കാരണം താനാണ്. അനുസരണകെട്ട മകനോടുള്ള ദേഷ്യം. എന്നാൽ മനസ്സിൽ നിന്ന് പിഴുതെറിയാനാകാത്ത വാത്സല്യം. ഇതെല്ലാം കൂടിക്കുഴഞ്ഞ വികാരമാണ് ആ നെഞ്ചിൻകൂടിനുള്ളിൽ കുറുകുന്നതെന്നറിയാം.

ആ ബാപ്പ എപ്പോഴും പുലമ്പിക്കൊണ്ടിരുന്നത് മകനെക്കുറിച്ചായിരുന്നു:

"ഓനെന്നേക്കാള് തിരിച്ചറിവുണ്ടാക്ന്നാണ് കരുതീത്. ഇൻജിനീയറിങ് പഠിപ്പുണ്ടായാൽ അതീ കൂടോന്നും..."

മകൻ തന്നെപ്പോലൊരു തോട്ടിയാകാൻ അയാളാഗ്രഹിച്ചില്ല. മരുഭൂമിയിൽ മുപ്പത്തൊന്ന് വർഷത്തെ തോട്ടി ജീവിതത്തിനിടയിൽ സമ്പാദിക്കാനായതിൽനിന്ന് രണ്ടു പെൺമക്കളെ നല്ല നിലയിൽ വിവാഹം കഴിച്ചയക്കാൻ എടുത്തതിന് തുല്യമായ ഒരു വിഹിതം മകന്റെ വിദ്യാഭ്യാസത്തിനും മാറ്റിവെച്ചതാണ്.

"അതിനവൻ പെഴച്ചുപോയിട്ടൊന്നും ഇല്ലല്ലോ ഖാദറിക്ക. നിങ്ങള്ടെ അടുത്ത് തന്നെ ഒണ്ടല്ലോ. അവന്റെ ആഗ്രഹം അത്ര വലിയ തെറ്റൊന്നുമല്ല." ആലപ്പുഴക്കാരൻ ജോഷിയാണ് എപ്പോഴും ആശ്വസിപ്പിക്കാനുള്ളത്. കൂട്ടത്തിൽ മനുഷ്യപ്പറ്റ് അവനാണ് കൂടുതലുള്ളതെന്ന് തോന്നിയിട്ടുണ്ട്.

മകനെക്കുറിച്ചുള്ള ബാപ്പയുടെ ആവലാതികൾ റിയാദിലെ ആ തൊഴിലാളി സങ്കേതത്തിന്റെ ഇടനാഴികളിലും അടുക്കളയിലും ശുചിമുറികളുടെ മുന്നിലുമൊക്കെ കരഞ്ഞുനില്ക്കാൻ തുടങ്ങിയിട്ട് മാസങ്ങളായി.

ജോഷി മാത്രമല്ല സഹതാമസക്കാരിൽ പലരും പലവിധത്തിൽ അയാളെ ആശ്വസിപ്പിക്കാൻ ശ്രമിച്ചു. ജോഷിയായിരുന്നു മുന്നിൽ. പുസ്തകം കൊടുത്തതും അയാളാണ്. തോട്ടികളെക്കുറിച്ചൊരു നോവലുണ്ടെന്നും ഇക്കാലത്തെ തോട്ടികളായ നമ്മളത് വായിച്ചിരിക്കണമെന്നും പറഞ്ഞ് ഒരിക്കൽ നാട്ടിൽ പോയിവന്നപ്പോൾ കൊണ്ടുവന്നതാണ്.

ആദ്യമൊന്നും ആരും അത് തിരിഞ്ഞുനോക്കിയില്ല. വെറുതെയിരിക്കുമ്പോൾ കിടക്കറയിലും അടുക്കളയിലും മുറ്റത്തും സീവേജ് പ്ലാന്റിന്റെ സമീപത്തെ വണ്ടിത്താവളത്തിലും വെച്ച് ജോഷി പുസ്തകത്തിലെ ഓരോ ഭാഗവും അവരെ വായിച്ചുകേൾപ്പിച്ചു. നഗരത്തിലെ വീടുകളിലേയും ഫ്ളാറ്റ് സമുച്ചയങ്ങളിലെയും സെപ്റ്റിക് ടാങ്കുകളിൽ നിന്ന് മാലിന്യം ശേഖരിച്ച് റിയാദ് മുനിസിപ്പാലിറ്റിയുടെ മാലിന്യ സംസ്കരണ പ്ലാന്റിൽ എത്തിക്കുന്ന ടാങ്കർ ലോറികളുടെ ഡ്രൈവർമാരായിരുന്നു അവർ. ഓരോരുത്തർക്കും തങ്ങളെ സ്പർശിക്കുന്നതെന്ന് തോന്നിയ ഒരു ഭാഗമെങ്കിലും ആ നോവലിലുണ്ടായിരുന്നു. തകഴി ശിവശങ്കരപ്പിള്ള എന്നൊരു എഴുത്തുകാരൻ ജോഷിയുടെ നാട്ടിൽ ജീവിച്ചിരുന്നെന്നും പഴയ കാലത്തെ പട്ടിണിപ്പാവങ്ങളായ തൊഴിലാളികളെക്കുറിച്ചാണ് കൂടുതലും അദ്ദേഹം എഴുതിയതെന്നും അവരിൽ പലരും അറിയുന്നത് ആദ്യമായിട്ടായിരുന്നു.

ആലപ്പുഴയിലെ നൈറ്റ് സോയിൽ ഡിപ്പോയെക്കുറിച്ച് നോവലിൽ വായിച്ചുകേട്ടപ്പോൾ അവർക്ക് മരുഭൂമിയിലെ ഈ പ്ലാന്റാണ് ഓർമ്മ വന്നത്. കക്കൂസുകളിലെ ഉള്ളടക്കം കോരാനുള്ള മമ്മട്ടിയും പാട്ടയും വീപ്പ വണ്ടിയും അച്ഛൻ ഇശുക്കുമുത്തുവിൽനിന്ന് ഏറ്റുവാങ്ങി ചുടല

മുത്തു അച്ഛന്റെ തോട്ടിപാരമ്പര്യം ഏറ്റെടുക്കുന്ന ഭാഗം വായിച്ചുകേട്ട പ്പോൾ പ്ലാന്റിന്റെ മുന്നിലെ വണ്ടിത്താവളത്തിൽ നിരന്നുകിടന്ന തങ്ങളുടെ ലോറികളിലേക്കാണ് അവർ നോക്കിയത്. നഗരത്തിലെ പാർപ്പിട കേന്ദ്ര ങ്ങളിലെ സെപ്റ്റിക് ടാങ്കുകളിൽ നിന്ന് ശേഖരിക്കുന്ന മനുഷ്യവിസർജ്ജ്യം വഹിച്ചുകൊണ്ടുവരാനുള്ള തകരപ്പെട്ടികൾ ഉദരത്തിൽ ഘടിപ്പിച്ച ലോറി കൾ. ടാങ്കറിന്റെ ടാപ്പിലേക്കും വലിയ ഹോസിലേക്കും അവർ പാളി നോക്കി.

ശരിയാണ്, ആലപ്പുഴയിലെ തോട്ടികളിൽനിന്ന് തങ്ങളുടെ പണിയാ യുധങ്ങൾക്കും ജോലിയുടെ സ്വഭാവത്തിനും വലിയ വ്യത്യാസമൊന്നു മില്ലെന്ന് അവർ കണ്ടെത്തി. അന്നും ഇന്നും പണി ഒന്നുതന്നെ, കക്കൂ സിലെ ഉള്ളടക്കം ശേഖരിച്ച് നിശ്ചിത സ്ഥലത്തുകൊണ്ടെത്തിക്കുക.

ആലപ്പുഴയിൽ ഓവർസീയർ കേശവപ്പിള്ളയാണ് തോട്ടികളുടെ വരു മാനത്തിന്റെ വീതം പറ്റിയിരുന്നത്. മരുഭൂമിയിൽ അവരുടെ സ്പോൺസർമാരാണെന്ന ചെറിയ വ്യത്യാസം മാത്രം.

പതിയെയാണെങ്കിലും പുസ്തകം അവരോരുത്തരും വായിക്കാനെ ടുത്തു. പലരും ആദ്യമായായിരുന്നു ഒരു പുസ്തകം കൈകൊണ്ട് തൊടു ന്നതുതന്നെ. വായിച്ചു തീരാൻ പലരും ആവശ്യത്തിൽ കൂടുതൽ സമയ മെടുത്തു. കൂട്ടത്തിൽ രണ്ടുപേർ എഴുത്തും വായനയും തീർത്തും അറി യാത്തവരായിരുന്നു. ജോഷി അത്യുത്സാഹത്തോടെ അതവർക്ക് വായി ച്ചുകൊടുത്തു. ഒടുവിലത്തെ വായനക്കാരൻ അബ്ദുൽ ഖാദറായിരുന്നു. കുറച്ചുനാളായി വലിയ അസ്വസ്ഥതകളുടെ വാൾമുനയിൽ വെച്ചതായി രുന്നു അയാളുടെ മനസ്സ്. അതുകൊണ്ടുതന്നെ ജോഷിയുടെ വായിപ്പി ക്കൽ ശ്രമങ്ങളൊന്നും വിലപ്പോയിരുന്നില്ല.

നോവൽ വായിച്ചവർക്കെല്ലാം അതിലെ ഓരോ സന്ദർഭങ്ങളും തങ്ങ ളുടെ ജീവിതങ്ങളിലേതാണെന്ന് തോന്നി.

“ഒള്ളത് പറയാല്ലോ, ഖാദറിക്കാ. ഇത് നിങ്ങളുടെ കഥയാണ്”എന്ന് ആദ്യം പറഞ്ഞത് ജോഷിയാണ്. കേട്ടവരൊക്കെ ശരിവച്ചു. അവരിൽ പലരുടേയും ജീവിതങ്ങളുമായി ഏതാണ്ടൊക്കെ നിലകളിൽ ആ നോവ ലിന് സാമ്യതകളുണ്ടായിരുന്നു. എന്നാലും അബ്ദുൽ ഖാദറാണ് അതിലെ ചുടലമുത്തുവെന്ന് നോവൽ വായിച്ചവരൊക്കെ പറയാൻ തുടങ്ങിയപ്പോൾ മനസ്സിന് നല്ല സുഖമില്ലാതിരുന്നിട്ടും അയാൾ ജോഷിയിൽ നിന്ന് പുസ്തകം വാങ്ങി വായിക്കാൻ തുടങ്ങി.

പഴയ എട്ടാം ക്ലാസ് വിദ്യാഭ്യാസവും പത്രപാരായണ ശീലവുമു ണ്ടായിരുന്നതുകാരണം ആദ്യമായിട്ടാണ് ഒരു പുസ്തകമെങ്കിലും അതിന്റെ തപ്പിത്തടയലൊന്നുമില്ലാതെ അയാൾ വായിച്ചു. രാത്രി ജോലി കഴിഞ്ഞെത്തിയാൽ കിടക്കുന്നതിന് മുമ്പ് കുറച്ചുനേരം വായിക്കും. രണ്ടാം ദിവസം മുതൽ വായനയുടെ രീതി തന്നെ മാറി. രാത്രി സമയമേറെ കഴി ഞ്ഞിട്ടും അയാളിരുന്ന് വായിച്ചു. മുറിയിലെ ലൈറ്റണയ്ക്കാത്തതിനാൽ ഉറങ്ങാനാവാതെ സക്കീർ തിരിഞ്ഞും മറിഞ്ഞും കിടക്കേണ്ടിവന്നു. പിണ

ക്കമായതിനാൽ സ്വയം പോയി ലൈറ്റണയ്ക്കാനോ ബാപ്പയോട് അതാവശ്യപ്പെടാനോ കഴിഞ്ഞില്ല. എന്തെങ്കിലുമൊന്ന് ഉരിയാടാൻ അവൻ ഭയക്കുകയും ചെയ്തു. ഓരോ ചലനത്തിലും മുരടനക്കത്തിലും അമർത്തിച്ചവിട്ടിയുള്ള നടത്തത്തിലും കടുത്ത ദേഷ്യത്തിന്റെ സൂചനകൾ മനസ്സിലാക്കാനായി.

മൂന്നാം ദിവസം അബ്ദുൽ ഖാദർ ജോലിക്ക് പോയില്ല. അന്ന് താവളത്തിൽ അയാളുടെ വണ്ടി അനാഥമായി കിടന്നു. തൊഴിലാളികൾക്കിടയിൽ അന്ന് ചർച്ചയായതും ആ പണിമുടക്കമാണ്. രണ്ടു വർഷത്തിലൊരിക്കൽ നാട്ടിൽ പോകുന്ന മൂന്നോ നാലോ മാസത്തെ അവധി ദിനങ്ങളിലല്ലാതെ നാളിതുവരെയും അബ്ദുൽ ഖാദർ പണി മുടക്കിയിട്ടില്ല.

"നിന്റെ ബാപ്പയെ ഇന്ന് കണ്ടില്ലല്ലോ സക്കീറേ...." ആദ്യത്തെ ലോഡ് എടുക്കാൻ ട്രക്ക് റോഡിലേക്കിറക്കുമ്പോൾ ജോഷി ചോദിച്ചു. വാതിൽ തുറന്ന് അകത്തുകയറി ലോറിയുടെ സൈഡ് സീറ്റിൽ ഇരിപ്പുറപ്പിച്ച സക്കീർ പറഞ്ഞു: "ഞാൻ വരുമ്പോ ഏറ്റിരുന്നില്ല. രാത്രീൽ ഒറങ്ങീട്ടില്ല. എല്ലാറ്റിനും നിങ്ങള്ടെ ആ ബുക്കാണ് കാരണം. അതുവായിച്ചുകിടക്കുകയായിരുന്നു. പിന്നെ കരച്ചിലും."

"കരയുകയോ, അതെന്തിന്? ജോഷി ഞെട്ടി

"ആ.... ആർക്കറിയാം. എന്നോട് മിണ്ടാത്തോണ്ട് ഞാനും മിണ്ടാമ്പോയില്ല."

ജോഷിയുടെ വാഹനത്തിൽ സഹായിയാണ് സക്കീർ. അങ്ങിനെയൊരു സഹായി ആ വണ്ടിത്താവളത്തിൽ മറ്റൊരു വണ്ടിയിലുമില്ല. ജോഷിയായിട്ട് ജോലിക്കുവെച്ചതൊന്നുമല്ല. ജോലി പഠിക്കാനും ലോറി ഓടിച്ചുപരിശീലിക്കാനും സക്കീർ അവസരം ചോദിച്ചപ്പോൾ കൂടെ കൂട്ടിയതാണ്. അതാണ് ഖാദറിക്ക വലിയ പ്രശ്നമാക്കിയതെന്ന് ജോഷിച്ചക്കറിയാം.

തീവണ്ടിയോടിക്കാനല്ല ഏക മകനെ അയാൾ കഷ്ടപ്പെട്ട് പഠിപ്പിച്ചത്. പഠിച്ച് എഞ്ചിനീയറായാൽ ഒരു വിസയെടുത്ത് ഗൾഫിൽ കൊണ്ടുവന്ന് ഏതെങ്കിലും വലിയ കമ്പനിയിൽ നല്ല ജോലി വാങ്ങിക്കൊടുത്തിട്ട് പ്രവാസത്തിൽനിന്നു വിടുതൽ വാങ്ങാമെന്നായിരുന്നു അയാളുടെ കണക്കു കൂട്ടൽ. പഠിച്ചിട്ടും പഠിച്ചിട്ടും മകന്റെ എഞ്ചിനീയറിങ് പഠനം തീരാതെ വർഷങ്ങൾ നീണ്ടപ്പോൾ അയാളാദ്യമായി തന്റെ മിടുക്കനായ മകനെ ചൊല്ലി ഭാര്യ സുഹ്റയോട് ദേഷ്യപ്പെട്ടു.

"......... നിങ്ങള് അബടെ കെടന്ന് തൊള്ള കീറാണ്ട് ബടെ ബന്ന് മോനെന്താ ചെയ്യണേന്ന് നോക്കീ, ന്നിട്ട് ഓനോടന്നെ ചോയിക്കീ..." ഭർത്താവിന്റെ നിരന്തരമായ വഴക്കിനൊടുവിൽ സുഹ്റ സഹികെട്ട് പറഞ്ഞുപോയി.

"....... ഇനീം പേപ്പറുകൾ കിട്ടാന്ണ്ട് ബാപ്പാ" എന്ന് സക്കീർ പറഞ്ഞത് ആ ബാപ്പാക്ക് മനസ്സിലായില്ല. ഒരു പേപ്പറെടുത്ത് അങ്ങോട്ട് കൊണ്ടോവാൻ നോക്ക് ഖാദറെ എന്ന് കാരണവന്മാരും ബന്ധുക്കളും

നാട്ടാരുമൊക്കെ ഉപദേശിച്ചത് മാത്രം അയാൾക്ക് മനസ്സിലാക്കി.

എഞ്ചിനീയറിങ് പരീക്ഷ പാസാവാതെ ആ പണി കിട്ടില്ലല്ലോ എന്ന് അയാൾ സംശയിച്ചപ്പോൾ പഠിച്ചിടത്തോളം വെച്ച് കിട്ടുന്ന പണികളും ധാരാളമുണ്ടല്ലോ എന്നായി ആളുകൾ.

കീശയെ വല്ലാതെ ചോർത്തീട്ടായാലും കിട്ടിയ വിസയിൽ മകൻ രണ്ടുവർഷം മുമ്പ് വിമാനമിറങ്ങിയപ്പോഴും ബാപ്പയുടെ സ്വപ്നത്തിന് മിഴിവ് കൂടിയതേയുള്ളൂ. എഞ്ചിനീയറല്ലെങ്കിൽ അതിന് തൊട്ടുതാഴെയുള്ള പണി. അതിനൊക്കെയുള്ള പഠിപ്പൊക്കെ മകനുണ്ടെന്ന് അയാൾ ന്യായമായും കരുതി.

കിട്ടിയ ജോലികളിലൊന്നിലും ബാപ്പയും മകനും തൃപ്തരായില്ല. ഒന്നൊന്നര വർഷം അനിശ്ചിതങ്ങളിൽ അലഞ്ഞശേഷം മകൻ ബാപ്പയുടെ അടുത്ത് തിരിച്ചെത്തി. എഞ്ചിനീയറാവാൻ പഠിച്ചവന് അത്രയുമില്ലെങ്കിൽ സൂപ്പർവൈസറോ, ക്ലർക്കോ പോലുള്ള പണിയെങ്കിലും കിട്ടില്ലേ എന്ന ബാപ്പയുടെ സംശയം അപ്പോഴും ബാക്കിനിന്നു.

ഓഫീസ് ബോയിയുടെയും അറ്റൻഡറുടെയും കയറ്റിറക്ക് തൊഴിലാളികളുടെയുമൊക്കെ പണി ചെയ്ത് മടുത്ത മകൻ ബാപ്പയുടെ അടുത്തെത്തി മിണ്ടാട്ടം മുട്ടി നിന്നു. അത്രയുംവരെ സഹിക്കാനേ അയാൾക്കും കഴിഞ്ഞുള്ളൂ.

വന്നതിന്റെ പിറ്റേദിവസം രാവിലെ കിടപ്പായയിൽ എഴുന്നേറ്റിരുന്നു അവൻ പറഞ്ഞു.

“ഇനിയെങ്ങും ഞാൻ പോകുന്നില്ല. ബാപ്പ ചെയ്യണ പണി ഞാനും ചെയ്തോളാം!”

അയാൾക്ക് സഹിക്കാനായില്ല. അടുത്ത മുറിയിലെ രാജേന്ദ്രൻ വന്നു കയറി തടുത്തില്ലായിരുന്നെങ്കിൽ ലോറിയുടെ വളയം പിടിച്ച് തഴമ്പിച്ച കൈപ്പത്തി മോന്റെ ചെകിടത്ത് ആഞ്ഞ് പതിഞ്ഞേനെ. അതിനുശേഷം ബാപ്പ അവനോട് മിണ്ടീട്ടില്ല. അവനും വാശിയായി. ജോഷിയാണ് തുണയായത്. ഡ്രൈവിങ് ലൈസൻസ് എടുത്തു. ട്രക്കോടിക്കാൻ പരിചയിച്ചു. സെപ്റ്റിക് ടാങ്കുകളുള്ള പാർപ്പിട കേന്ദ്രങ്ങൾ മനസ്സിലാക്കി.

ഇനി സ്വതന്ത്രമായി ഒരു ലോറി കിട്ടണം. അങ്ങനെയൊന്നുള്ള സൗദി പൗരനെ കണ്ടുകിട്ടിയാൽ സ്പോൺസർഷിപ്പ് അങ്ങോട്ടുമാറ്റാം. ബാപ്പയുടെ സ്പോൺസർക്ക് ബാപ്പ മാത്രമേ തൊഴിലാളിയായുള്ളൂ. ആ ടാങ്കർ ഓടികിട്ടുന്ന വരുമാനത്തിന്റെ വിഹിതം ബാപ്പയിൽനിന്ന് വാങ്ങി ജീവിക്കുന്ന ഒരു ശരാശരിക്കാരൻ. വേണമെങ്കിൽ ഒരു ടാങ്കർ കൂടി അയാൾക്ക് വാങ്ങാൻ കഴിയും. ബാങ്കിൽനിന്ന് സൗദികൾക്ക് ലോൺ കിട്ടും. ബാപ്പ ഒന്ന് പറഞ്ഞാൽ നടക്കുന്ന കാര്യമേയുള്ളൂ. അതിന് ബാപ്പ മയപ്പെട്ട് കിട്ടാൻ വേണ്ടിതന്നെയാണ് തമ്മിൽ മിണ്ടാറില്ലെങ്കിലും കിടപ്പ് ആ മുറിയിൽ നിന്ന് മാറ്റാതിരുന്നത്. ജോഷി പലതവണ പറഞ്ഞുനോക്കി. അബ്ദുൽ ഖാദർ മയപ്പെടുന്ന ഒരു ലക്ഷണവും കണ്ടില്ല.

ഇങ്ങനെയുള്ള പദ്ധതികൾ സക്കീർ മനസ്സിൽ ബലപ്പെടുത്തിവരു

മ്പോഴാണ് ബാപ്പയുടെ പുസ്തകം വായനയും കരച്ചിലും പിഴിച്ചിലും.

"ഇതങ്ങനെ വിട്ടാൽ പറ്റില്ലല്ലോ" ഡ്രൈവ് ചെയ്യുന്നതിനിടയിൽ ജോഷി പറഞ്ഞു: "രാത്രിയിൽ കെടന്ന് കരയുക. രാവിലെയെഴുന്നേറ്റ് പണിക്ക് വരാതിരിക്കുക. എന്തോ കൊഴപ്പമൊണ്ട്. നമുക്കൊന്നുപോയി നോക്കാം, വാ..." അയാൾ വാഹനം തിരിച്ചു. താമസസ്ഥലത്തെത്തുമ്പോൾ മുറിയുടെ വാതിൽ തുറന്നുകിടപ്പുണ്ട്. മൂടിപ്പുതച്ചു കിടക്കുന്ന അബ്ദുൽ ഖാദർ മൂളുകയും ഞരങ്ങുകയും ചെയ്യുന്നു. ജോഷി നെറ്റിയിൽ കൈചേർത്തുനോക്കി. ഞെട്ടി പിൻവലിച്ചുപോയി. ചുട്ടുപൊള്ളുന്ന പനി.

റോഡിലേക്കിറങ്ങി സക്കീർ ഒരു ടാക്സി വിളിച്ചു. ആശുപത്രിയിൽ ആ പകൽ മുഴുവൻ കിടന്നു. രാത്രിയിൽ താമസസ്ഥലത്ത് തിരിച്ചെത്തുമ്പോൾ നേരിയ ആശ്വാസം തോന്നി. പൊടിയരികൊണ്ട് സക്കീർ കത്തിയുണ്ടാക്കി. ബാപ്പയെ കട്ടിലിൽ പിടിച്ചെഴുന്നേറ്റിരുത്തി വെള്ളവും വറ്റും ഇറ്റിച്ചുകൊടുത്തു. മൂന്നുദിവസം ഒരേ കിടപ്പുകിടന്നു. ഒടുവിൽ ഭേദമായി എഴുന്നേറ്റ ദിവസമാണ് അയാളിൽ അതുവരെ കാണാത്ത മാറ്റങ്ങളുണ്ടായത്.

സീവേജ് പ്ലാന്റിന്റെ ഒരു വിളിപ്പാടകലെ ആ മുറിയിലും പുറത്തും അന്തരീക്ഷത്തെ ചൂഴ്ന്നുനിന്ന മനുഷ്യവിസർജ്ജ്യത്തിന്റെ നാറ്റത്തെ ആദ്യമായി എതിരിടുന്നതുപോലെ അയാൾ മൂക്ക് ചുളിച്ചു.

"പൊന്നാരെ, ഇദെന്ത് നാറ്റാണ്. അയ്യീ സഹിക്കാമ്പറ്റണീല്ലല്ലാ!!" ബ്രഷും പേസ്റ്റുമെടുത്ത് കുളിമുറിയിലേക്ക് നടക്കുമ്പോൾ അയാൾ ഒച്ചയിട്ടു.

"ഇതാപ്പോ നല്ല കൂത്ത്. നിങ്ങളെന്താണിക്കാ പറയണത്. ഈ നാറ്റം ഇപ്പോണ്ടായതാണോ?" രാജേന്ദ്രൻ അന്തം വിട്ട് ചോദിച്ചുപോയി.

'രായേന്ദ്രാ അനക്ക് മൂക്കില്ലേ? പടച്ചോനാണെ ഇബടെ ബല്ലാത്ത നാറ്റംണ്ട്... മനുഷ്യത്തീട്ടത്തിന്റെ നാറ്റം." അയാൾക്ക് ആ ദുർഗ്ഗന്ധം നിറഞ്ഞ അന്തരീക്ഷത്തിൽ ഒരു നിമിഷം പോലും നില്ക്കാൻ കഴിയില്ലെന്നായി. മുപ്പത് വർഷം മുമ്പ് ഇവിടെയെത്തുമ്പോൾ ഇതേപോലെ പിടഞ്ഞുപോയത് അയാളോർത്തു. പിന്നെ എപ്പോഴാണ് തന്റെ മൂക്ക് കളഞ്ഞുപോയതെന്ന് അയാൾ ആലോചിക്കാൻ തുടങ്ങി.

തിരസ്കാരത്തിന്റെ മുള്ളുകൾ

ആദി

ഒന്ന്:

സ്കീസോഫ്രീനിയയുടെ വഴിയൊരു ചികിത്സാഘട്ടത്തിനുശേഷം ചുറ്റുപാടുകളെ തിരിച്ചറിയാൻ തുടങ്ങിയ നാളുകളിലാണ് അതൊരു മെന്റൽ അസൈലമാണെന്ന് മനസ്സിലായത്. മാനസിക വിഭ്രമത്തിനടിമപ്പെട്ടതിനാൽ മൃത്യുബോധം തെല്ലുപോലും തൊട്ടു തീണ്ടിയിട്ടില്ലാത്ത അന്തേവാസികളെക്കൊണ്ട് നിറഞ്ഞ ഒരിടം. എന്നിട്ടും ഈ അന്തരീക്ഷം ശ്വാസം മുട്ടിക്കുന്ന തരത്തിലുള്ള ഒന്നാണെന്ന് എനിക്ക് തോന്നുന്നേയില്ല. ഇരുമ്പഴികൾക്കുള്ളിൽ നിന്ന് കുതറിയോടാനും ഇതുവരെ തോന്നലുണ്ടായില്ല. പകരം, മനസ്സ് കൂടുതൽ കൂടുതൽ സുതാര്യമായി വരുന്നതായാണ് അനുഭവപ്പെട്ടത്.

ആ അറിവിലാകട്ടെ, ഓർമ്മകൾക്ക് ഭാരമേറി വരികയും ചെയ്തു. പിന്നിട്ട സമയത്തെക്കുറിച്ച് കൃത്യമായി ഒരു രൂപവുമില്ല. വർഷങ്ങളോളമായിങ്ങനെ അഴികൾക്കുള്ളിൽ.......

ചില നേരത്ത് 'അഴികൾ' എന്ന ഒരൊറ്റ വാക്ക് മതി നിങ്ങളുടെ ധാരണ തകിടം മറിയാൻ...

അതുകൊണ്ട് തന്നെ പറയട്ടെ; ഇത് അഴികളില്ലാത്ത ഒരുതരം ജയിലാണ്. തീവ്രമെങ്കിലും നിയന്ത്രിക്കപ്പെടുന്ന ദുഃഖത്തെ ഒരു സമാന്തര രേഖപോലെ നീട്ടുന്ന നീളൻ ചുമരുകളാണ് എനിക്ക് അഴികൾ.

അഴികൾക്കുള്ളിൽ സ്വാതന്ത്ര്യമാണെന്ന് മനസ്സിനെ പറഞ്ഞുപഠിപ്പിച്ചുകൊണ്ടിരിക്കെ ഒരു ദിവസം ഡോക്ടർ വന്നു പറഞ്ഞു:

"ഒരു ഗുഡ് ന്യൂസ് ഉണ്ട്. നാളെ നിങ്ങൾ വീട്ടിലേക്ക് മടങ്ങിപ്പോവുന്നു. യു ആർ ഓ കെ നൗ. അബ്സല്യൂട്ട്ലി നോർമൽ. പിന്നെ,
ഓർമ്മിക്കുന്നുണ്ടോയെന്നറിഞ്ഞുകൂട, യുദ്ധവിരുദ്ധരായ ഒരു സമാധാന

സംഘടനയാണ് നിങ്ങളെയിവിടെ എത്തിച്ചത്. അതുകൊണ്ട് ഫോർഗെറ്റ് എബൗട്ട് ദ പെയ്മെന്റ്സ് ആന്റ് ഓൾ പീജിയൺസ് എന്ന ആ സംഘടനയുടെ കാര്യാലയം നിങ്ങൾ താമസിച്ചിരുന്ന ഗലിയുടെ ഒരറ്റത്താണ്. പക്ഷേ, ഇപ്പോഴതവിടെയില്ല. കഴിഞ്ഞ ഞായറാഴ്ചയിലുണ്ടായ ഒരു ഷെല്ലാക്രമണത്തിൽ അതും തകർന്നുപോയി."

അത്രയും കേട്ടപ്പോഴാണ് ഡോക്ടറുടെ കണ്ണുകളിലേക്ക് മുഖമുയർത്തിയത്. എന്റെ ശരീര ഭാഷയുടെ സ്വസ്ഥത കെടുന്നത് മനസ്സിലാക്കിയിട്ടാവാം ഡോക്ടർ സ്വരം താഴ്ത്തി പറഞ്ഞു:

"ഡിസ്ചാർജ് ഷീറ്റ് തയ്യാറായിരിക്കുന്നു. നിങ്ങളുടെ ആ പഴയ നീളൻ കുപ്പായം ഞങ്ങൾ സൂക്ഷിച്ചിട്ടുണ്ട്. ഒപ്പം ആ കത്തും. പോകുന്ന സമയത്ത് നിങ്ങൾക്കത് കിട്ടും. എല്ലാ ഗൃഹാതുരതകളും വീണ്ടും നല്ലതിന് മാത്രമായി നിങ്ങൾക്ക് സ്വന്തമാവും."

ഡോക്ടർ നടന്നകലുന്നതറിഞ്ഞിട്ടും, ചുവരിലേക്കു തന്നെ ദൃഷ്ടി വിന്യസിച്ച് ഇരുന്നു.

അന്ന് രാത്രി ഭീകരമായ ഒട്ടേറെ സ്വപ്നങ്ങൾ കണ്ടു. ആതുരാലയങ്ങളെ തീ വിഴുങ്ങുന്നത് കണ്ടു. ഏതോ ഒരു ആരാച്ചാരും അയാളുടെ നിണമുറ്റുന്ന വാളും വിജനതയിൽ ആരെയോ കാത്തിരിക്കുന്നതു കണ്ടു. കറുത്ത പുക തുപ്പിക്കൊണ്ട് ശവങ്ങൾക്കു മുകളിലൂടെ ശവങ്ങളേയും പേറിക്കൊണ്ട് അലറിപ്പാഞ്ഞുപോകുന്ന തീവണ്ടികളെ കണ്ടു.

അസൈലത്തിന്റെ പടികളിറങ്ങുമ്പോൾ, മനസ്സു മുഴുവൻ ഇരുണ്ട ചിത്രങ്ങളായിരുന്നു. അസൈലത്തിൽനിന്നും തിരിച്ചു കിട്ടിയ മങ്ങിയ തപാൽ മുദ്രയുള്ള കത്ത് ഒരിക്കൽ കൂടി എടുത്ത് നിവർത്തിയപ്പോൾ ജീവിതം തണൽ വിരിച്ചൊരുക്കിയ പാതകൾ അനന്തതയുടെ പ്രത്യാശയിലേക്ക് നീണ്ടു കിടക്കുന്നതുപോലെ തോന്നി. എഴുത്തിലെ വരികൾ ഇങ്ങനെ തുടങ്ങി:

"എന്റെ ജീവനേ, ഇതു ഞാനാണ്. സ്വപ്നങ്ങൾപോലും നിരോധിക്കപ്പെട്ട ഒരു തടവറയാണിവിടം. ഇതിന്റെ ചങ്ങലക്കെട്ടുകളിൽ നിന്നും മോചിതയായി ഞാൻ വരും. അതിർത്തിയിൽ പടനീക്കം കുറയുന്ന, സംഘർഷങ്ങളുടെ മഞ്ഞുരുകുന്ന ഏതോ ഒരു ദിവസത്തിനുവേണ്ടി നീയും കാത്തിരിക്കുക."

അതെ, ഇനി ഒരു ദിവസം കൂടി മാത്രം.

ലാഹോറിൽനിന്നും ഇന്ദ്രപ്രസ്ഥത്തിലേക്ക് വന്നെത്തുന്ന അവസാനത്തെ ബസ് നാളെയാണ്. അതോർക്കുമ്പോൾ ഹൃദയം തുടിക്കുന്നു. കാലപ്പഴക്കംകൊണ്ട് മുഷിഞ്ഞുപോയ ആ കത്ത് മടക്കി നെഞ്ചോട് ചേർത്തുവെച്ച് വെളിച്ചം നന്നെ കുറഞ്ഞ ഒരിടത്തേക്ക് മാറി നില്ക്കുമ്പോൾ, മനസ്സ് പഴയപോലെ ഒരു കടലായി ഇരമ്പുന്നു. ഓർമ്മകളുടെ തിരയിളക്കം. എവിടെ നിന്നോ പാദസരങ്ങളുടെ നേർത്ത കിലുക്കം ഒഴുകി വന്ന് കാതുകളിൽ നിറയുന്നു. പിന്നെ ഒരു നൃത്തത്തിന്റെ ശ്രുതി ഭംഗിയിലെന്നപോലെ അനന്തതയിലേയ്ക്ക് ഒഴുകിപ്പടരുന്നു. മുന്നിൽ ഇളം

നീല നിറത്തിലുള്ള മങ്ങിയ ഒരു സൽവാർ കമ്മീസിൽ അവൾ വന്നു നിന്ന് ചിരിക്കുമ്പോൾ, പോയ പൂക്കാലങ്ങളുടെ നിറങ്ങൾ മനസ്സിൽ മഴ പോലെയാണ്......

വല്ലാത്തൊരു ഭാരമാണ് ഓർമ്മകളുടെ മഞ്ഞുരുകുമ്പോഴും, പിന്നീടത് ഘനീഭവിക്കുമ്പോഴും താങ്ങേണ്ടി വരിക. ഇവിടെയിപ്പോൾ താനൊരു നിഴൽ മാത്രമായി ഒതുങ്ങുകയും മായുകയും വീണ്ടും തണൽ വരിക്കുകയും ചെയ്തുകൊണ്ടിരിക്കുന്നു. ഉരുകാത്ത മഞ്ഞുമലയിലൂടെ ഇടറി വീണ് മുഖം കുത്തിക്കീറുകയും, ചോരയൊലിച്ച് വിറങ്ങലിക്കുകയും ചെയ്യുന്നു.

രണ്ട്:

ഓർമ്മയെന്നത് എനിക്ക് പ്രണയത്തെക്കുറിച്ചുള്ള വിചാരങ്ങൾ മാത്രമല്ല; മഴ പെയ്തുതോർന്ന പണ്ടത്തെ സായാഹ്നങ്ങളും, അമ്മയുടെ വാത്സല്യവും, ബാല്യ വിസ്മയങ്ങളുമൊക്കെക്കൂടിയാണ്. ഇപ്പോഴൊക്കെ ഏതെങ്കിലുമൊന്നിനെക്കുറിച്ചാലോചിക്കുമ്പോൾ അതിനോടു ബന്ധപ്പെട്ട ഒരായിരം കണ്ണികളിലൂടെയും, അവയുടെ ഇഴകളിലൂടെയുമൊക്കെ കടന്നു പോവുന്നു.

ഉദാഹരണത്തിന് മുറ്റത്തെ ആൽമരത്തെക്കുറിച്ച് ഓർക്കുകയാണെന്നു കരുതുക. ആ മരത്തിന്റെ ശാഖികളും അതിന്റെ ഉപ ശാഖികളും ഇലകളിലെ ഞരമ്പുകളും അവയുടെതന്നെ വിന്യാസങ്ങളും, പൂവുകളും ഇതളുകളും, അവയിലെ പരാഗ തന്തുക്കളുമെന്നുവേണ്ട അതിന്റെ തന്നെ ഓരോ ഇഞ്ചും വ്യക്തമായി ഓർമ്മ വരും. മാത്രമല്ല അതൊക്കെ കണ്ട സമയവും, ഭാവന ചെയ്ത രീതികളുമെല്ലാം ഒന്നൊന്നായി ചേർന്ന് ഓർമ്മയുടെ അറകളിൽനിന്നും പുറപ്പെട്ടുവരും.

എല്ലാവർക്കുമെന്നപോലെ സന്തോഷം നിറഞ്ഞ ഒരു വീട് മുൻപെങ്ങോ എനിക്കും ഉണ്ടായിരുന്നതായി ഓർമ്മയുണ്ട്. അച്ഛനും അമ്മയും മൈൻ പൊട്ടി മരിച്ചത് ഒരു യുദ്ധകാലത്താണ്. പില്ക്കാലത്തെപ്പോഴോ യുദ്ധാനന്തരമെന്ന പേരിൽ ഡയറിയിൽ കുറിച്ചിട്ട കവിതയിൽ അതിന്റെ ജീവാംശം നിറഞ്ഞുകിടന്നു. പിന്നീടുള്ളതെല്ലാം മറവിയാണ്.

മൂന്ന്:

യുദ്ധം ആളുകളെ മാത്രമല്ല കവർന്നത്. പഴയ സ്കൂളിനെയും, തൊട്ടടുത്തുണ്ടായിരുന്ന ഒരേയൊരു ആതുരാലയത്തെയും അപഹരിച്ചു കളഞ്ഞു. ഷെല്ലാക്രമണത്തിനിടെ ഉയർന്ന ശിശുരോദനങ്ങൾ.... ശവപ്പറമ്പുകളായ മൈതാനങ്ങൾ... ഓർമ്മ ശരിയാണെങ്കിൽ ആദ്യത്തെ മെന്റൽ സ്ട്രോക്ക്! അഭയ മന്ദിരത്തിന്റെ പടികളിലൂടെ അലറി വിളിച്ചുകൊണ്ടോടി. നിരത്തിലേക്ക് മുഖമടിച്ചു വീണപ്പോൾ പിടിച്ചുയർത്തിയ ആ കൈകൾ ഇപ്പോഴുമോർമ്മയിൽ...

"എന്ത് പറ്റിയിട്ടാണിങ്ങനെ നിലവിളിച്ചുകൊണ്ടോടുന്നത്?" എന്ന അവളുടെ ചോദ്യത്തിന്, "കാലാൾപ്പടകൾ രക്തം മണക്കുന്ന വാളുകളു മേന്തി വരുന്നു" വെന്നാണ് മറുപടി പറഞ്ഞത്. അത് കേട്ട് അവളൊരു നിമിഷം മൗനത്തോടെ നിന്നു. പിന്നെ, ആർദ്രമായ മിഴികൾ തുടച്ചു കൊണ്ട്, മഴ മുത്തുകൾ വീണുകിടക്കുന്ന ശിരോവസ്ത്രവുമൊതുക്കി ആ തെരുവിലൂടെ ഒന്നും മിണ്ടാതെ നടന്നു മറഞ്ഞു.

അവളെക്കുറിച്ച് ഒന്നുമറിയില്ലായിരുന്നു. എവിടെ നിന്ന് വന്നുവെന്നോ, ആരാണെന്നോ ഒന്നും തന്നെ...... എങ്കിലും വിഭജനകാല ത്തിനും മുൻപേ ഇന്ത്യയിൽ വേരോടിയ ഒരു പാക് കുടുംബത്തിലെ അവസാന കണ്ണിയാണ് അവളെന്നും, സിതാർ വായനക്കാരനായിരുന്നു അവളുടെ പിതാവെന്നും പിന്നീട് അറിഞ്ഞുവെച്ചു.

ഇന്ദ്രപ്രസ്ഥത്തിൽ താമസിക്കുന്നുവെങ്കിലും സിതാർ വായനക്കാര നായ ഒമറിന് സ്വന്തമെന്നു ചൂണ്ടിക്കാണിക്കുവാൻ ഒരാൾപോലും അവി ടെയുണ്ടായിരുന്നില്ല. മകൾ മാത്രമായിരുന്നു ആകെയുള്ള സമ്പാദ്യം. ഉറ്റവരും ഉടയവരുമൊക്കെ അങ്ങ് പാക്കിസ്ഥാനിലെ ഏതോ കരപ്രദേശ ത്താണ് പാർത്തിരുന്നത്. അതിർത്തിയിലെ സൈനിക വിന്യാസത്തിന് അയവു വരുമ്പോഴൊക്കെ അവിടെപ്പോയി ഒമർ അവരെ സന്ദർശിക്കും. മടങ്ങിയെത്തിയാൽ പിന്നെ സിതാറിൽ നിന്നും ഒഴുകുക ശോകച്ഛവിയുള്ള സംഗീതമായിരിക്കും. പലപ്പോഴും താനതു കേട്ടിട്ടുണ്ട്. അത് ചെവിയി ലെത്തുമ്പോഴൊക്കെ, യുദ്ധത്തിന്റെയും സമാധാനത്തിനുമിടയിലെ മുറി വുകളുടെ നൂൽ പാലത്തിലൂടെ താൻ നടന്നു പോവുന്നതായി തോന്നു കയാണ് ചെയ്യുക. മനസ്സിനെ കൊളുത്തി വലിക്കുന്ന ഈണത്തിൽ അവ ളുടെ മിഴികൾ നിറഞ്ഞു തുളുമ്പുന്നത് എന്റെ ഹൃദയത്തെയും എന്തെ ന്നില്ലാതെ അലട്ടിയിരുന്നു.

പിന്നീടൊരിക്കൽ അപൂർവ്വമെങ്കിലും ശക്തമായ ഒരു സ്നേഹം ഇരു വർക്കുമിടയിൽ സമ്പന്നമായപ്പോൾ ഞങ്ങൾ യമുനാ തീരത്തിലൂടെ ഒരു മിച്ചു നടന്നു. വർത്തമാന ദുഃഖങ്ങൾ കൈമാറി. പിന്നീടു വന്ന പൗർണ്ണ മികളിൽ ഗതകാലസ്മൃതികളുറങ്ങിയ താജ് മഹലിനുള്ളിൽ ഒത്തുകൂടി. പൂർണ്ണ ചന്ദ്രൻ താജിന് മുകളിൽ വന്ന ഒരു രാത്രിയിൽ പരസ്പരം പുണർന്നിരിക്കവേ, അവൾ പറഞ്ഞു:

"ഈ ലോകം വ്യാജമാണ്. അതിന്റെ എല്ലാ അപസ്വരങ്ങളോടും കൂടെത്തന്നെ അത് ഉപേക്ഷിക്കത്തക്ക വിധത്തിലുള്ളതാണ്."

ഒരു നിമിഷത്തിന്റെ മൗനം അവളുടെ കണ്ണുകളിൽ വേദനയായി പെരുകുന്നതു കണ്ടപ്പോൾ, മുഖം പിടിച്ചുയർത്തി

"ചില നേരങ്ങളിൽ വല്ലാത്തൊരു അസ്തിത്വ ദുഃഖമാണ് ഞാനനു ഭവിക്കുക. ഒരിക്കൽ യുദ്ധമൊരു കൊടുങ്കാറ്റുപോലെ വന്ന് എന്നിട്ട് നിറയെ അരക്ഷിതത്വവും നിസ്സഹായതയും വിതച്ചുകൊണ്ട് കടന്നു പോയി. കാലം ശൂന്യമാക്കിയ മനസ്സിൽ നോവും സ്നേഹവും വിതറി ക്കൊണ്ട് ഇപ്പോൾ നീയും."

അത്രയും പറഞ്ഞു നിർത്തിയപ്പോഴേക്കും അവളെന്നെ ഇറുകെ പുണർന്നുകൊണ്ടിരുന്നു.

അന്ന്, അവിടെ വെച്ച്, ഞങ്ങൾ ആദ്യമായി പ്രണയവും, പ്രണയത്തേക്കാളേറെ യുദ്ധഭീതികളും പങ്കിട്ടു. അതിനുശേഷം എല്ലാ പൗർണ്ണമികളിലും അവൾ ഇതുപോലെ ഓർമ്മകൾ തൊട്ടുണർത്താൻ വരുന്നു. മറക്കാനാവാത്തതെല്ലാം കൺമുന്നിൽ തെളിയിച്ച് നിലാവിലലിഞ്ഞു പോവുന്നു.

നാല്:

പിന്നീടുള്ള പുലരികൾ പിറന്നത് വെടിയൊച്ചകളിലേക്കാണ്. കലാപത്തിന്റെ മൂർച്ചയിൽ തെരുവുകൾ ചുവന്നു. ചോരച്ചാലുകൾ എങ്ങും ഒഴുകി നടന്നു. വെടിക്കോപ്പുകളുടെ രൂക്ഷ ഗന്ധം വായുവിൽ തങ്ങി നിന്നു. കനേഷുമാരി കണക്കെടുപ്പുപോലെ തെരുവിലെ കുടുംബങ്ങളുടെ പൗരത്വവും ദേശീയതയും ചോദ്യം ചെയ്യപ്പെടാൻ തുടങ്ങി. കൂട്ടത്തിൽ ഒമറിനേയും, മകളെയും അവർ എണ്ണി.

പിറ്റേന്ന് ലാഹോറിലേക്ക് തിരിക്കുന്ന തീവണ്ടിക്ക് അവസാനത്തെ തീവണ്ടി അഥവാ *ദ ലാസ്റ്റ് ട്രെയിൻ റ്റു പാക്കിസ്ഥാൻ* എന്നായിരുന്നു പേർ. ചുമച്ചു ചുമച്ച് പുക തുപ്പിക്കൊണ്ട് ട്രെയിൻ നീങ്ങിത്തുടങ്ങുമ്പോൾ അവർ വെറുതെയെങ്കിലും ജനലിലൂടെ കൈകൾ പുറത്തേക്കിട്ട് വയലുകളും ചെമ്പനീർ താഴ്വരകളുമെല്ലാം അകന്നകന്നു പോവുന്നത് കാണാതിരിക്കാൻ അവർ ആ കണ്ണുകൾ ഇറുക്കിയടച്ചു.

ആ നേരത്ത്, ഇതൊന്നുമറിയാതെ, തെരുവിലൂടെ അലറി വിളിച്ച്, സന്നി മൂർച്ഛിച്ച് എങ്ങോട്ടെന്നില്ലാതെ ഭ്രാന്തമായി ഓടുകയായിരുന്നു ഞാൻ. വെടിയുണ്ടകൾ ഉതിർന്നു കൊണ്ടിരിക്കുന്ന തെരുവിലൂടെ, അതിന്റെ നടുവിലൂടെ.

അഞ്ച്

വർഷങ്ങളുടെ ഒരു കാത്തിരിപ്പ് ഇന്ന് തീർന്നേക്കും. ബസ് സ്റ്റേഷനിൽ തിരഞ്ഞത് ഒറ്റപ്പെട്ട ഒരു ഇരിപ്പിടത്തിനു വേണ്ടിയാണ്. ഒടുവിലത് തരപ്പെടുകയും ചെയ്തു. നിലാവ് വിതറിയ മഞ്ഞിലൂടെ അകലേക്കു നോക്കിയിരുന്നപ്പോൾ ഓരോന്നോർത്ത് സ്വയം ഇരയും വേട്ടക്കാരനുമാവുന്നു. പ്രക്ഷീണമായ പാദങ്ങൾ സിമന്റ് ബെഞ്ചിലേക്ക് മെല്ലെ കയറ്റി വെച്ച് സ്വയം അലട്ടുന്ന വ്യഥകളിലൂടെ സഞ്ചരിക്കുമ്പോൾ പിന്നിട്ട ജീവിതത്തിന്റെ ചിത്രങ്ങൾ ഇടവിട്ട് മനസ്സിൽ തെളിഞ്ഞുകൊണ്ടിരുന്നു.

മയക്കത്തിന്റെ നൂലിഴകളെ ദുർബ്ബലമാക്കിക്കൊണ്ട് കണ്ണുകളിലേക്ക് പ്രകാശത്തിന്റെ ഒരുപൊട്ട് വന്നടിയുന്നു. അകലേക്ക് സൂക്ഷിച്ചു നോക്കുമ്പോൾ ഒരു ബസ് വരുന്നതിന്റെ ദൂരക്കാഴ്ചതന്നെ.

ഉൽക്കണ്ഠയുടെ ഒരു പെരുമ്പറപോലെ അത് അടുത്തടുത്ത് വരുന്നു. യുദ്ധത്തിന്റെയും പ്രണയത്തിന്റെയും നിഗൂഢതകൾ ഒന്നിച്ചിഴചേർന്ന്

രൂപം കൊണ്ട കഴിഞ്ഞ കാലങ്ങൾ മനസ്സിന്റെ അറകളിലിരുന്ന് വിങ്ങുന്നു.

ബസ് സ്റ്റേഷനോടടുത്തു.

പ്രിയപ്പെട്ടവരെയും കാത്തിരിക്കുന്ന ഒരുപാട് പേരുടെ അരികിലേക്ക് ഒരു ഇരമ്പലോടെ വന്നു നിന്നു. വിരഹത്തിന്റെ വേദനകൾ കടിച്ചമർത്തി കാത്തിരുന്നവരെല്ലാം തിടുക്കപ്പെട്ട് ഇരിപ്പിടങ്ങളിൽനിന്നും എഴുന്നേറ്റു. ശബ്ദമുഖരിതമായ ഒരന്തരീക്ഷം. എല്ലാവരും തങ്ങളുടെ പ്രിയപ്പെട്ടവരെ തിരയുന്ന വ്യഗ്രതയിലാണ്. ബസിന്റെ ഡോർ തുറന്ന് പെട്ടികളും ബാഗുകളുമൊക്കെയേന്തി ഓരോരുത്തരായി പുറത്തിറങ്ങുവാൻ തുങ്ങി. ചുറ്റിലും വർഷങ്ങൾക്കു ശേഷമുള്ള സമാഗമത്തിന്റെ കണ്ണീരും സന്തോഷവും.

സ്നേഹാശ്രുക്കൾ മഴയാവുന്നു. വിഭജനത്തിന്റെ കയങ്ങളിൽ മുങ്ങിപ്പോയവർക്കെല്ലാം ജീവൻ തിരിച്ചുകിട്ടുന്ന നേരം. അവർക്കിടയിലൂടെ വേച്ചു വേച്ച് നടക്കുമ്പോൾ എനിക്ക് മാത്രം അവളെ കണ്ടെത്താനാവുന്നില്ല. എന്റെ ദൃഷ്ടികൾ ഓരോ മുഖങ്ങളിലും പതിയുന്നത് എത്ര ജിജ്ഞാസയോടെയാണ്!

"ഹേയ് നിങ്ങളെന്താണ് തിരഞ്ഞുകൊണ്ടിരിക്കുന്നത്? നിങ്ങൾ ആരെയാണ് അന്വേഷിക്കുന്നത്? ലാഹോറിൽ നിങ്ങളുടെ ആരെങ്കിലുമുണ്ടോ? നിങ്ങളുടെ പക്കൽ അവരുടെ വിലാസം?" ചോദ്യം അവിടെ നിന്നിരുന്ന ഒരു സെക്യൂരിറ്റി ഓഫീസറുടേതാണ്. അയാളത് വീണ്ടും വീണ്ടും ആവർത്തിച്ചു കൊണ്ടിരുന്നു.

ആറ്:

ഞാൻ തിരിഞ്ഞു നടക്കുകയാണ്. ഓർമ്മകളുടെ തുറസ്സായ പൂമുഖത്തുനിന്നും തുടങ്ങുന്ന ഒരു അരങ്ങേറ്റംപോലെ. നിരാലംബതയും, നിരാശ്രയത്വവും, ആത്യന്തികമായി അതിന്റെതന്നെ ഒറ്റപ്പെടലുമൊക്കെ ഒരുക്കിയ തിരസ്കാരത്തിന്റെ മുള്ളുകൾ നിറഞ്ഞ വഴിയിലൂടെ ചോര പൊടിയുന്ന യാത്ര. തൊട്ടുമുൻപിൽ ഭ്രമാത്മകമായ ഒരു ലോകം. മിഥ്യയോ യഥാർത്ഥ്യമോയെന്ന് തിരിച്ചറിയാനാവാത്ത വിധം വർണ്ണാഭമായ അരങ്ങ്.

അത്ഭുതപ്പെടുത്തുന്ന വേഷവിധാനങ്ങളോടെ പ്രത്യക്ഷപ്പെടുന്ന രൂപങ്ങൾ വേട്ടക്കാരുടെ ഘോഷയാത്ര. അതിന്റെ സജീവ സാക്ഷ്യമായി ദൂരെ ഇരുട്ടിൽ ചെന്നു മറയാൻ ഞാൻ മുന്നോട്ടു നീങ്ങുന്നു. സ്വന്തം വ്യക്തിബോധം തന്നിലേക്ക് തിരിച്ചു വരുമ്പോഴൊക്കെ, സ്ക്രീസോഫ്രീനിയക്ക് ഞാൻ തിരിച്ചടി കൊടുക്കാറുള്ളത് ഇങ്ങനെയൊക്കെയാണ്....

ഉൾച്ചുവരുകൾ

വെള്ളിയോടൻ

അയാൾ എന്നെ ഡൈവോഴ്സ് ചെയ്തെന്ന് ഇപ്പോഴും വിശ്വാസമാകുന്നില്ല. ചിലപ്പോഴൊക്കെ തോന്നും തിരുവനന്തപുരത്തോ മറ്റോ പോയതാണെന്ന്. രണ്ട് ദിവസം കഴിഞ്ഞ് വരുമെന്ന്. തിരഞ്ഞെടുപ്പ് കാലമല്ലേ. മറ്റൊരു പ്രൊപ്പോസലിനെക്കുറിച്ച് ആലോചിക്കാൻ തന്നെ എട്ട് പത്ത് വർഷമെടുക്കും.

മനസ്സിൽനിന്നും ആ പേര് മാഞ്ഞാലല്ലേ ആ സ്ഥാനത്ത് മറ്റൊരാളെ സങ്കല്പിക്കാനൊക്കൂ.

അത്രയും പറഞ്ഞ് ടീച്ചർ ദുപ്പട്ട കൊണ്ട് കണ്ണീർ തുടയ്ക്കുന്നതാണ് കണ്ടത്. ആ മുഖത്ത് പ്രതികാരമില്ല, കോപവുമില്ല. സങ്കടങ്ങൾകൊണ്ട് കവിത രചിച്ചിരിക്കുന്നു ആ മുഖം. അപ്പോഴെനിക്ക് ഏറ്റവും വെറുക്കപ്പെട്ട പദമായിത്തീർന്നു ത്വലാഖ്. അടുത്തില്ലെങ്കിലും ഞാനെന്റെ ഭാര്യയെ ഹൃദയംകൊണ്ട് ചേർത്തു പിടിച്ചു.

"ഇതിൽ നഷ്ടങ്ങൾ എനിക്ക് മാത്രമാണ് സൈനൂ. അവൾക്ക് നല്ലൊരു ഭർത്താവിനെ കിട്ടി. അയാൾക്ക് അർബ്ബുദം തീണ്ടാത്തൊരു പെണ്ണിനേയും. അവൾ ഇട്ടേച്ച് പോന്നവന് ഒരു പുതുക്കക്കാരി രണ്ടാം പെണ്ണിനേയും. ഒടുവിൽ എനിക്ക് കൂട്ട് രോഗങ്ങൾ മാത്രം. അർബ്ബുദം കൊണ്ട് മുടിയെല്ലാം കൊഴിഞ്ഞ് എന്റെ അപ്പിയറൻസ് മാറിയ സമയമായിരുന്നു അത്. എന്റെ വൈരൂപ്യമായിരിക്കാം അയാളെ എന്നിൽനിന്നും അകലാൻ പ്രേരിപ്പിച്ചത്." ഹൃദയബന്ധങ്ങൾക്ക് സൗന്ദര്യം ഒരു ചാലകമാണോ? എന്റെ മനസ്സ് എന്നോട് തന്നെ ചോദിച്ച ചോദ്യമായിരുന്നു അത്.

"അർബ്ബുദം എന്നെ ചുറ്റിവരിഞ്ഞതിന് ഞാനാണോ സൈനൂ ഉത്തരവാദി?" നമ്മുടെ സൗന്ദര്യത്തിനും വൈരൂപ്യത്തിനുമെല്ലാം ഉത്തരവാദി ദൈവമാണെന്ന സൂഫി വചനങ്ങളാണ് എന്റെ ബൗദ്ധിക മണ്ഡലത്തിലേക്ക് പാഞ്ഞെത്തിയത്.

നമ്മെ പിടികൂടുന്ന രോഗങ്ങൾക്കോ വൈകല്യങ്ങൾക്കോ വൈരൂപ്യത്തിനോ നാമെങ്ങനെയാണ് ഉത്തരവാദിയാകുന്നത്.

"നിനക്കറിയ്യോ?" ടീച്ചർ സോഫയിൽ നിന്നെഴുന്നേറ്റ് വരാന്തയിലേക്ക് നടന്നു. പിന്നാലെ ഞാനും. ആകാശം മേഘങ്ങളെ ഗർഭം ധരിച്ചിരിക്കുന്നു. വരണ്ട മൺതരികൾ നനവിന് കൊതിക്കുന്നത് നാളുകളേറെയായി. പലപ്പോഴും ആകാശം ഇങ്ങനെയാണ്. ഗർഭം ധരിച്ച മേഘങ്ങളെ വെറും ഭ്രൂണമായി പുറന്തള്ളും. മഴ കാത്ത മനുഷ്യരൊക്കെ കാലം മാറിയെന്ന് പറഞ്ഞ് വഴിയൊഴിയും.

"അയാൾ ഹെൽമറ്റ് കൊണ്ട് എറിഞ്ഞിടത്താണ് എന്നിലെ ട്യൂമർ ആദ്യമായി കണ്ടെത്തിയത്." മിന്നൽപ്പിണരിന്റെ ശക്തമായൊരു വിദ്യുത് പ്രവാഹത്തിൽ ഒരു നിമിഷം എന്റെ ഹൃദയം സ്തംഭിക്കുകയും എനിക്ക് കാഴ്ച നഷ്ടപ്പെടുകയും ചെയ്തു.

"ഒരിക്കൽ ഒരു കാൻസർ സ്പെഷ്യലിസ്റ്റിനെ കണ്ട് പുറത്തിറങ്ങിയ നിമിഷം, കീമോ കഴിഞ്ഞ് എന്റെ തലയിൽ ഒറ്റ മുടി പോലുമുണ്ടായിരുന്നില്ല. ശരീരം ഏറെ ശുഷ്കിച്ചിരിക്കുന്നു. അകാരണമായി അയാൾ എന്നോട് ആക്രോശിക്കുകയായിരുന്നു. എന്തിനെന്നറിയാതെ തുറിച്ച കണ്ണുകളുമായി ഞാനയാളെ തന്നെ നോക്കി നിന്നു, ഇത് പതിവുള്ളതാണെങ്കിലും. അപ്പോഴാണ് ഡോക്ടർ, ക്യാബിനിൽ നിന്നും പുറത്തേക്കിറങ്ങി വന്നത്. ഡോക്ടറെ കണ്ടതും അയാൾ അവിടുന്ന് പെട്ടെന്ന് തന്നെ, മാറി. ഈ കാഴ്ചയും കേൾവിയും ഡോക്ടറെ അതിശയപ്പെടുത്തി.

അദ്ദേഹം എന്നോട് ചോദിച്ചു. "ഇങ്ങനെയാണോ ഇയാൾ"

ഞാൻ പറഞ്ഞു. "അല്ല, ഏതോ പ്രഷർ കാരണമാണ്"

"അപ്പോഴേക്കും ശരീരത്തിന്റെ മാത്രമല്ല, മനസ്സിന്റെ വേദനയും മറച്ചു വെക്കാൻ ഞാൻ പഠിച്ചിരുന്നു. മറ്റൊരിക്കൽ ഒരു റസ്റ്റോറന്റിൽ വെച്ച്, തീന്മേശയിൽ ഇടിച്ചുകൊണ്ട്.

എന്റെ വൈരൂപ്യവും അർബ്ബുദവും അയാളെ ഭ്രാന്ത് പിടിപ്പിക്കുന്നതായി ക്രമേണ ഞാൻ തിരിച്ചറിയുകയായിരുന്നു. ഒപ്പം അയാളിലേക്ക് പടർന്ന് കയറിയ സോപാധിക പ്രണയവും."

ടീച്ചർക്ക് പക്ഷേ, മുഴുമിപ്പിക്കുവാൻ കഴിഞ്ഞില്ല. ധൃതിപ്പെട്ട് വാഷ് ബേസിനരികിലേക്ക് പോയി കണ്ണീരിനെ വെള്ളത്തിൽ ലയിപ്പിച്ചു. ആ കണ്ണീർത്തുള്ളികൾ ഒരു പകർച്ചയെന്നപോലെ എന്നിലേക്കും.

മക്കൾ ഇതൊന്നുമറിയാതെ, വരാന്തയിൽനിന്നും അകത്തേക്കും തിരിച്ചും ഓടിക്കളിക്കുകയായിരുന്നു. ഉപ്പയുടെ വാത്സല്യവും പരിചരണവും നിഷേധിക്കപ്പെട്ട രണ്ട് പൂമൊട്ടുകൾ.

"സോപാധിക പ്രണയം" മുറിഞ്ഞുപോയ വാക്ശ്രേണീയ ഞാൻ തന്നെ വിളക്കിച്ചേർത്തു.

"അല്ലാതെ പിന്നെന്താ സൈനൂ.... പതിനാറാം വയസ്സ് മുതൽ കണ്ണൂർ സിംഹത്തിന്റെ മേടയിൽ വർഷങ്ങളോളം കൈകാൽ ചുരുട്ടി കിടന്ന മാൻപേട. ഒടുവിൽ വയലാറിന്റെ ബോഗിയിലേക്ക് ഓടിക്കയറുകയായി

രുന്നല്ലോ. വയലാറും കണ്ണൂരുമൊക്കെ കലഹിച്ചത് ഈ മാൻ പേടയ്ക്ക് വേണ്ടിയായിരുന്നല്ലോ. അങ്ങനെയൊരാൾക്ക് ഉപാധികളല്ലാതെ മറ്റെന്തുണ്ടാകാൻ? ഇപ്പോൾ പറയുന്നു, എന്നെ ഫിനിഷ് ചെയ്യുമെന്ന്...... ഞാനില്ലാതായാൽ എന്റെ മക്കൾ..... അവർ തീർത്തും അനാഥരായിപ്പോകുമല്ലോ സുഹൃത്തേ...?' മുഖം കാൽ മുട്ടിന്മേൽ അമർത്തി ടീച്ചർ ദുഃഖങ്ങളെ പുഴയായൊഴുക്കി.

"ഏയ് അങ്ങനെയൊന്നുമുണ്ടാകില്ല." വെറുതെ ആശ്വസിപ്പിക്കാൻ ഞാനങ്ങനെ പറഞ്ഞു.

"നിങ്ങൾ എഴുത്തുകാർക്ക് എന്തറിയാം ലീഡേഴ്സിനെപ്പറ്റി? കൂടെ കിടന്നവർക്കല്ലേ രാപ്പനി അറിയാൻ പറ്റൂ. നിങ്ങൾ എഴുത്തുകാർ എഴുത്തിന്റേയും പുസ്തകങ്ങളുടേയും മാത്രം ലോകത്ത് ജീവിക്കുന്നവരാണ്. നിങ്ങൾക്ക് അതിശയകരമായി തോന്നുന്ന കാര്യങ്ങളൊക്കെ പൊതുസമൂഹത്തിൽ സ്വാഭാവികമാണ്."

ആ യാഥാർത്ഥ്യത്തിന് മുമ്പിൽ എന്റെ സാങ്കല്പിക ലോകത്തെ സൂര്യനസ്തമിച്ചു പോയി.

"വസ്തുക്കൾ പങ്ക് വെച്ചില്ലേ... അർഹതപ്പെട്ടത് നിഷേധിക്കപ്പെടരുതല്ലോ. അത് കൊണ്ടാണ് ഞാനങ്ങനെ ചോദിച്ചത്."

"പങ്ക് വെക്കേണ്ടതിൽ പ്രധാനപ്പെട്ടത് അയാളുടെ ഹൃദയമായിരുന്നു. അതയാൾ ഒട്ടും തന്നെ എനിക്ക് തന്നില്ല. പിന്നെ ഭൗതികമായ പ്രോപ്പർട്ടീസ്. അതിന്റെ ചെറിയൊരംശംപോലും നല്കിയില്ല. ക്രഷറികളിൽ മാത്രം മുപ്പത് കോടിയുടെ പങ്കാളിത്തമുണ്ട്. പിന്നെ, ബിനാമി ഇടപാടുകൾ അതിന്റെ പത്തിരട്ടി വരും.."

"ക്രഷറിയിലും....?" ആശ്ചര്യം കൊണ്ടാണ് ഞാനങ്ങനെ ചോദിച്ചു പോയത്.

"ഒരു ക്രഷറി ലൈസൻസ് തരപ്പെടുത്തിക്കൊടുത്താൽ മുപ്പത് ശതമാനമാണ് അയാളുടെ ഷെയർ. അത് കോഴിക്കോട്ടെ വലിയ ഇടത് നേതാവുമായി പങ്കിട്ടെടുക്കും. ആര് ഭരിച്ചാലും ക്രഷറി ബിസിനസിന് യാതൊരു തടസ്സവുമുണ്ടാവുകയില്ല."

അപ്പോൾ രാഷ്ട്രീയത്തിലെ ഉൾക്കളികളെ ഞാൻ തൊട്ടറിയുകയായിരുന്നു. പോസിറ്റീവും നെഗറ്റീവും ചേർന്നാൽ മനസ്സിന്റെ ആ ചോദ്യത്തിന് മനസ്സ് തന്നെ ഉത്തരവും നല്കി. സമൂഹം നിർവ്വീര്യമാക്കപ്പെടും.

"ബോധപൂർവ്വമല്ലാതെയാണ് ഈ തിരഞ്ഞെടുപ്പ് കാലത്ത് ഞാനിവിടെ എത്തിയത്. സാധാരണ ഏറെ തിരക്കുള്ള വീട്. ഇപ്പോൾ ആളൊഴിഞ്ഞ പൂരപ്പറമ്പ് പോലെ. ശാന്തം. കുറേ വേദനകൾ ചിതറിക്കിടക്കുന്നു."

"മരണത്തിന്റെ ഇരുട്ട് എന്റെ കണ്ണുകളിലേക്ക് പടരുമ്പോൾ എന്റെ കണ്ണുകൾക്ക് വെളിച്ചവും ജീവനും നല്കാൻ അയാൾക്ക് മാത്രമേ കഴിയുമായിരുന്നുള്ളൂ. അയാൾ ഒരു ഉച്ഛിഷ്ടം പോലെ എന്നെ ഒരു കുപ്പത്തൊട്ടിയിലേക്ക് വലിച്ചെറിഞ്ഞു. അവസാനത്തെ കീമോയ്ക്കെല്ലാം

ഞാൻ പോയത് ഒറ്റയ്ക്കായിരുന്നു സൈനു.. ബൈസ്റ്റാൻഡർ നിർബ്ബന്ധമായിട്ടും, ഒരാൾ പോലുമുണ്ടായിരുന്നില്ല. ഒന്ന് എന്നെ നോക്കി പുഞ്ചിരിക്കാൻ പോലും ആരുമില്ലായിരുന്നു. അവിടെ മരിച്ചു പോയിരുന്നെങ്കിൽ ഞാനൊരു അനാഥജഡമായി മാറുമായിരുന്നല്ലോ.

അയാൾ അപ്പോൾ രണ്ടാം ഹണിമൂൺ ആഘോഷിക്കുകയായിരുന്നല്ലോ." ഒരു ഗദ്ഗദത്തോടെ അവർ പറഞ്ഞു.

"ഉപ്പ ജീവനോടെ ഉണ്ടായിരുന്നെങ്കിൽ...." ചുണ്ടുകൾ കോട്ടി അവർ വർത്തമാനം അവസാനിപ്പിച്ചു. സങ്കടങ്ങൾമാത്രം നിറഞ്ഞ വീടിന്റെ ഉൾചുവരുകൾക്കിടയിൽ കനത്ത നിശ്ശബ്ദത. അത് എങ്ങോട്ടും പോകാതെ അവിടെ തന്നെ തങ്ങി നിന്നു.

രാജ്യദ്രോഹി

ഇടപ്പോൺ അജികുമാർ

മഹാപുരോഹിതന്റെയും മൂപ്പൻമാരുടെയും ശാസ്ത്രിമാരുടെയും അവരുടെ അനുചരവൃന്ദങ്ങളുടെയും ആക്രോശങ്ങൾക്കും ആക്രമണങ്ങൾക്കുമിടയിലൂടെ പടയാളികൾ അയാളെ ന്യായാലയത്തിലെത്തിച്ചു. വഴിയിലെല്ലായിടത്തുംനിന്നും അയാൾക്കെതിരെ കല്ലേറുകൾ ഉണ്ടായിരുന്നു.

മൂർച്ചയേറിയ വാക്കുകളും കല്ലുകളും അയാളുടെ ശരീരത്തിൽ മുറിവുണ്ടാക്കിയിരുന്നു. ചോരവാർന്നൊലിക്കുന്ന നിലയിലാണ് അയാൾ പ്രതിക്കൂട്ടിൽ കയറ്റി നിർത്തപ്പെട്ടത്.

അയാളുടെ താടിരോമങ്ങളിൽ രക്തം കട്ടപിടിച്ചിട്ടുണ്ട്. ഇടത്തെ കണ്ണിന്റെ താഴെ ആരുടെയോ കാർക്കിച്ചുതുപ്പൽ പറ്റിയിരുന്നു. നൈർമ്മല്യവും നിശ്ചയദാർഢ്യവും കണ്ണുകളിൽ നിറഞ്ഞു നില്ക്കുന്നു.

എല്ലായിടങ്ങളിലും ക്യാമറയും പ്രഗത്ഭരായ പ്രവർത്തകരേയും സംപ്രേഷണത്തിനായി വിവിധ സ്ഥാപനങ്ങൾ ഒരുക്കി നിർത്തിയിട്ടുണ്ട്.

വർണ്ണശബളമായി അണിഞ്ഞൊരുങ്ങി പ്രവിശ്യാധികാരി കൂടിയായ ന്യായാധിപൻ എഴുന്നള്ളി. അവിടെ കൂടിനിന്നിരുന്നവർ ആരവങ്ങളുതിർത്തു. ന്യായവാദികൾ അദ്ദേഹത്തെ അഭിവാദ്യം ചെയതു.

ഇരുകൈകളും കൂപ്പി അദ്ദേഹം ന്യായാധിപന്റെ കസാലയിൽ അമർന്നിരുന്നു. പെട്ടെന്ന് അവിടെമാകെ നിശ്ശബ്ദത പടർന്നു.

രാജ്യദ്രോഹക്കുറ്റം ആരോപിക്കപ്പെട്ട് പ്രതിക്കൂട്ടിൽ നിർത്തിയിരിക്കുന്ന ചെറുപ്പക്കാരനെ ന്യായാധിപൻ സൂക്ഷിച്ചു നോക്കി. അയാളുടെ ശരീരത്തിലെ മുറിവുകളിലൂടെ കോടതി മുറിയിലേക്ക് ഒഴുകുന്ന ചോര കണ്ട് വിഷാദഭരിതനായ അദ്ദേഹം ഭിഷഗ്വരനെ വിളിക്കുവാൻ പടയാളികളോട് ആജ്ഞാപിച്ചു.

ഉത്തരവ് അനുസരിക്കുവാൻ തുടങ്ങിയ പടയാളികളെ ന്യായവാദി

കൾ തടഞ്ഞു. “ഇവൻ രാജദ്രോഹിയാണ്. ദൈവത്തിനേയും സമ്രാട്ടിനേയും അപകീർത്തിപ്പെടുത്തുന്ന ഇവന് വധശിക്ഷയാണു നല്കേണ്ടത്. ചികിത്സയല്ല” അവർ അദ്ദേഹത്തോട് ആവശ്യപ്പെട്ടു.

“വിചാരണയ്ക്ക് ശേഷമാണ് ശിക്ഷാവിധി. അതുവരെ ആരേയും കുറ്റവാളിയായി കാണാനാവില്ല.” ന്യായാധിപൻ നിലപാട് വ്യക്തമാക്കി.

“അതുപറ്റില്ല, ഇവൻ നമ്മുടെ നീതിശാസ്ത്രങ്ങൾക്കും വിശ്വാസ പ്രമാണങ്ങൾക്കും എതിരു നില്ക്കുന്നവനാണ്. ദേശവഞ്ചകരോട് അലിവു കാട്ടുവാൻ പാട്ടില്ല..” വെളുത്തു നീണ്ട താടി തടവി മഹാപുരോഹിതൻ പറഞ്ഞു.

“ശരിയാണ്.. ശരിയാണ്” എന്ന് ശാസ്ത്രികൾ ഉറക്കെ പറഞ്ഞു.

മൂപ്പന്മാർ എഴുന്നേറ്റുനിന്ന് കൈയടിച്ചു.

സമ്രാട്ടിനെതിരായി അയാൾ നടത്തിയ പ്രസംഗത്തിന്റെ ചലന ദൃശ്യങ്ങൾ ചാനലുകൾ അപ്പപ്പോൾ കാണിച്ചു തുടങ്ങി. ഇരുകൈകളും ഉയർത്തിയിട്ടാണ് അയാൾ സംസാരിക്കുന്നത്.

“പുറത്തുനിന്ന് മനുഷ്യന്റെ അകത്തേക്കു ചെല്ലുന്ന യാതൊന്നിനും അവനെ അശുദ്ധമാക്കുവാൻ കഴിയില്ല. മനുഷ്യനിൽ നിന്നും പുറപ്പെടുന്നതത്രേ അവനെ അശുദ്ധമാക്കുന്നത്...”

അയാളുടെ ശരീരത്തിൽ നിന്നൊഴുകുന്ന ചോരയിലേക്ക് ചാനൽ ക്യാമറകൾ തിരിയുവാൻ തുടങ്ങിയപ്പോഴേക്കും മഹാപുരോഹിതന്റെ അംശവടി ഉയർന്നതിനാൽ അവർ ക്യാമറയുടെ കണ്ണടച്ചു.

മടക്കി അയയ്ക്കപ്പെട്ട പടയാളികൾ ന്യായാധിപനെ വണങ്ങി. അനുസരണക്കേടിന്റെ ദുഃഖം അവരുടെ മുഖത്തുണ്ട്.

“എന്റെ ഉത്തരവു പാലിക്കുവാൻ നിങ്ങൾ ബാദ്ധ്യസ്ഥരാണ്. ഭിഷഗ്വരനെ ഉടൻ വിളിച്ചുകൊണ്ടു വരൂ.” ന്യായാധിപൻ കർശനമാക്കി പറഞ്ഞു.

ന്യായവാദികൾ കോടതി മുറിയിൽ ആക്രോശിച്ചു.

നീതി മറക്കുന്ന നീതിപീഠമെന്ന് ശാസ്ത്രികൾ അലമുറയിട്ടു.

മൂപ്പന്മാർ എഴുന്നേറ്റുനിന്ന് കൂവി.

ന്യായവാദികൾ ചിലർ പ്രതിക്കൂട്ടിലേക്ക് പാഞ്ഞടുത്തു. അവർ അയാളെ തലങ്ങും വിലങ്ങും മർദ്ദിച്ചു. താഴെവീണ അയാളുടെ മുഖത്ത് അവരിലൊരാൾ ലാടം തറച്ച പാപ്പാസുകൊണ്ട് ചവിട്ടി.

ന്യായാധിപൻ എഴുന്നേറ്റുനിന്ന് എല്ലാവരോടും ശാന്തരാകുവാൻ അഭ്യർത്ഥിച്ചു. എഴുന്നേറ്റുനിന്നപ്പോൾ ഇരിപ്പിടത്തിനു പിറകിൽ ഉറപ്പിച്ചിരുന്ന നീതിദേവതയുടെ ത്രാസ് ഉലഞ്ഞ് അദ്ദേഹത്തിന്റെ തലയിൽ ഇടിച്ചു. അതുകണ്ട മഹാപുരോഹിതൻ അംശവടി ഉയർത്തിക്കാട്ടി ആളുകളെ ശാന്തരാക്കി.

നടപടികൾ കുറേ സമയം കഴിഞ്ഞാണ് പുനരാരംഭിച്ചത്. അത്രയുംനേരം അയാൾ പ്രതിക്കൂട്ടിൽ കിടന്നു. ന്യായാധിപന്റെ കരുണയിൽ അയാൾക്ക് ഇരിക്കുവാനുള്ള അനുവാദം കിട്ടി.

മഹാപുരോഹിതൻ കുറ്റപത്രം വായിച്ചു.

"ഇവൻ ഞങ്ങളുടെ ജാതിയെ വഴിതെറ്റിക്കുകയും താനാണ് രാജാവെന്നു പറഞ്ഞ് സമ്രാട്ടിന് കരം കൊടുക്കുന്നതിനെ വിലക്കുകയും ചെയ്തതായി ഞങ്ങൾ കണ്ടു. ദേവാലയത്തോടു ചേർന്നുള്ള പാഠശാലയിൽ ഹീനജാതിക്കാരെക്കൂടി പഠിപ്പിക്കണമെന്നു ആവശ്യപ്പെടുന്നു. ദരിദ്രർക്കും കർഷകർക്കും വേണ്ടി പ്രസംഗിക്കുന്നു. വിശപ്പിന് പരിഹാരമുണ്ടാക്കണമെന്നു പറയുന്നു. നാടെങ്ങും നടന്ന് ജനത്തെ സമ്രാട്ടിന്റെ ഭരണത്തിനെതിരെ രാജ്യത്തിനെതിരെ തിരിക്കുന്നു. പാഠശാല ദേശവിരുദ്ധരുടെ താവളമാക്കിയത് ഇവനാണ്."

ചാനലിൽ അയാളെ പടയാളികൾ പിടികൂടിയതിന്റെ ദൃശ്യങ്ങൾ. മഹാപുരോഹിതന്റെയും മൂപ്പന്മാരുടെയും ശാസ്ത്രിമാരുടെയും വലിയൊരു പുരുഷാരത്തിന്റെ അകമ്പടിയോടും കൂടിയാണ് പടയാളികൾ അയാളെ ബലമായി ബന്ധിച്ചത്.

"ഒരു കള്ളനു നേരെ എന്ന പോലെ നിങ്ങൾ എന്നെ പിടിക്കുവാൻ വാളുകളും വടികളുമായി വന്നിരിക്കുന്നു. ഞാൻ ദിവസവും ഉപദേശിച്ചുകൊണ്ട് ദേവാലയത്തിൽ ഇരുന്നിട്ടും നിങ്ങൾ എന്നെ പിടിച്ചില്ല."

മഹാപുരോഹിതൻമാരും ശാസ്ത്രികളും മൂപ്പൻമാരും അയാൾക്കെതിരെയുള്ള കള്ളസാക്ഷ്യം അന്വേഷിച്ചു. കള്ളസാക്ഷികൾ പലരും വന്നെങ്കിലും യാതൊന്നും കണ്ടെത്താനായില്ല. ഒടുവിൽ വന്ന രണ്ടുപേർ ഇങ്ങനെ ബോധിപ്പിച്ചു.

"ദൈവമന്ദിരം പൊളിച്ച് മൂന്നു ദിവസം കൊണ്ട് വീണ്ടും പണിയുവാൻ കഴിയുമെന്ന് ഇവൻ പറഞ്ഞു"

അപ്പോൾ അവർ അയാളുടെ മുഖത്തു തുപ്പി, അയാളെ മുഷ്ടിചുരുട്ടി ഇടിച്ചു. ചിലർ അയാളുടെ ചെകിട്ടത്തടിച്ചു.

അവിടെ ഉണ്ടായിരുന്ന അയാളുടെ സഹപാഠിയോട് ദേവാലയത്തിലെ വേലക്കാരി അയാളെപ്പറ്റി തിരക്കി.

"നീ പറയുന്നത് എനിക്കു മനസ്സിലാകുന്നില്ല" സഹപാഠി പറഞ്ഞു.

മൂപ്പന്മാർ സഹപാഠിയോട് അയാളെപ്പറ്റി അന്വേഷിച്ചു.

"ആ മനുഷ്യനെ ഞാൻ അറിയുന്നില്ല." സഹപാഠി രണ്ടാമതും സത്യം ചെയ്തു പറഞ്ഞു. അല്പനേരത്തിനു ശേഷം ശാസ്ത്രികൾ സഹപാഠിയുടെ അടുത്തു വന്നു പറഞ്ഞു.

"തീർച്ചയായും നീയും അയാളുടെ കൂട്ടത്തിലുള്ളവനാകുന്നു. നിന്റെ ഉച്ചാരണം തന്നെ നിന്നെ വെളിവാക്കുന്നുവല്ലോ"

അപ്പോൾ അവൻ "ആ മനുഷ്യനെ ഞാൻ അറിയുന്നില്ല" എന്നു ശപിക്കുവാനും സത്യം ചെയ്യുവാനും തുടങ്ങി.

കോഴികൂവുന്നതിന്റെ ദൃശ്യത്തിനു ശേഷം ടി വി ചാനലുകളിൽ കോടതി മുറി കാണിച്ചു തുടങ്ങി.

ഇളം കാറ്റിൽ നീതിദേവതയുടെ മുഖം മറച്ച കറുത്ത തുണി പറക്കുന്നു. ന്യായാധിപൻ നിയമപുസ്തകത്തിൽ കണ്ണോടിക്കുന്നു. മഹാ

പുരോഹിതനും മറ്റുള്ളവരും പരസ്പരം കുശുകുശുക്കുന്നു.

പ്രാർത്ഥനാനിരതനായി കൂട്ടിലിരുന്ന അയാളോട് ന്യായാധിപൻ കുറ്റപത്രത്തെപ്പറ്റി ചോദിച്ചു.

വളരെ പ്രയാസപ്പെട്ട് എഴുന്നേറ്റു നിന്ന ശേഷം അയാൾ പറഞ്ഞു. "ദരിദ്രരേയും കർഷകരേയും ഹീനജാതിക്കാരേയും പറ്റി ഞാൻ പറഞ്ഞു. ഇത് അവരുടെ കൂടി രാജ്യമാണ്. ദൈവത്തിന്റെ മുമ്പിൽ എല്ലാവരും സമന്മാരാണ്. ഒരാളിന്റെയോ ഒരുകൂട്ടം ആളുകളുടെയോ അഭിപ്രായങ്ങളെ മറ്റൊരാളുടെമേൽ അടിച്ചേല്പിക്കരുത് എന്നാണു ഞാൻ പറഞ്ഞിട്ടുള്ളത്. സമ്രാട്ടിനു നികുതി നല്കരുതെന്നല്ല. ദൈവത്തിനുള്ളത് ദൈവത്തിനും സമ്രാട്ടിനുള്ളത് സമ്രാട്ടിനും എന്നാണ് ഞാൻ പറഞ്ഞത്."

"തന്നിൽ തന്നെ ഭിന്നിച്ച രാജ്യങ്ങളെല്ലാം ശൂന്യമായിപ്പോകും. തന്നിൽത്തന്നെ ഭിന്നിച്ച വീടുകളെല്ലാം വീണുപോകും."

ശാരീരികമായ അവശതകളെ അവഗണിച്ച അയാളുടെ സംഭാഷണം പ്രശാന്തത നിറഞ്ഞതായിരുന്നു.

"രാജ്യദ്രോഹം കോടതിയും ആവർത്തിക്കുന്നു. വിചാരണ മതിയാക്കൂ. അവനെ കൊല്ലാൻ വിധിക്കൂ.."

അംശവടി ഉയർത്തിക്കാട്ടി മഹാപുരോഹിതൻ ആക്രോശിച്ചു.

"അവനെ കൊല്ലാൻ വിധിക്കൂ. കൊല്ലാൻ വിധിക്കൂ" എന്ന് ശാസ്ത്രികൾ ഉച്ചത്തിൽ പറഞ്ഞു.

മൂപ്പന്മാർ എഴുന്നേറ്റുനിന്ന് അട്ടഹസിച്ചു.

ന്യായവാദിപ്പരിഷകൾ പ്രതിക്കൂട്ടിലേക്ക് ഇരച്ചുകയറി. കൂടിന്റെ തടിയഴികൾ വലിച്ചൂരി അവർ അവനെ മർദ്ദിച്ചു. അവരിലൊരാൾ വീണുപോയ അവന്റെ താടിരോമങ്ങൾ വലിച്ചു പറിച്ചു. പ്രജ്ഞ നഷ്ടപ്പെട്ടുപോകുന്ന അയാളുടെ നെഞ്ചത്ത് അവർ താണ്ഡവനൃത്തം ചവിട്ടി.

പടയാളികൾ ന്യായവാദികളെ പിടിച്ചു മാറ്റി.

രോഷാകുലനായിട്ടും സമനില കൈവിടാതെ ന്യായാധിപൻ ഉറക്കെ വിളിച്ചു പറഞ്ഞു.

"ഞാൻ ഇവനിൽ കുറ്റമൊന്നും കാണുന്നില്ല"

ന്യായവാദികളും പടയാളികളും ഏകസ്വരത്തിൽ വിളിച്ചു കൂവി. "ഈ രാജ്യദ്രോഹിയെ തൂക്കിലേറ്റുക."

"നിങ്ങൾ ചുമത്തിയ കുറ്റമൊന്നും ഇവനിൽ കാണുന്നില്ല." ന്യായാധിപന്റെ ഒച്ച കുറയുന്നുവോ?

മഹാപുരോഹിതന്മാരും മൂപ്പന്മാരും ശാസ്ത്രിമാരും ന്യായവാദികളും പടയാളികളും ആക്രോശം തുടർന്നു. "ഈ രാജ്യദ്രോഹിയെ തൂക്കിലേറ്റുക!"

"ഇവൻ മരണയോഗ്യമായതൊന്നും പ്രവർത്തിച്ചിട്ടില്ല." ന്യായാധിപന്റെ ശബ്ദം ആരും കേൾക്കുന്നില്ലയോ....?"

മഹാപുരോഹിതന്മാരും മൂപ്പന്മാരും ശാസ്ത്രിമാരും ന്യായവാദികളും പടയാളികളും അവിടെക്കൂടിയ മാധ്യമവിചാരകരും ഒന്നിച്ചു വിളിച്ചു

പറഞ്ഞു. “ഈ രാജ്യദ്രോഹിയെ തൂക്കിലേറ്റുക!”

വിചാരണകളെ വിലക്കുന്ന ആസുരതയിൽ പുരോഹിതന്റെയും സംഘത്തിന്റെയും ആക്രോശങ്ങളും അട്ടഹാസങ്ങളും പാരമ്യതയിൽ എത്തി.

ഇരുളിന്റെ അധികാരപ്രമത്തതയിൽ ന്യായാധിപൻ ഭയചകിതനായി.

ആരവങ്ങൾക്കിടയിൽ അദ്ദേഹത്തിന്റെ വിധി പ്രസ്താവന ചാനലുകൾ എഴുതിക്കാട്ടി.

കൈകഴുകിയെത്തിയ ന്യായാധിപന്റെ വസ്ത്രം പടയാളികൾ അഴിപ്പിക്കുകയും ചുവന്ന മേലങ്കി ധരിപ്പിക്കുകയും ചെയ്തു. മുള്ളുകൊണ്ടുള്ള കിരീടം അദ്ദേഹത്തിന്റെ ശിരസ്സിൽ അണിയിക്കുമ്പോഴേക്കും രാജ്യദ്രോഹിയുടെ കണ്ണുകൾ കറുത്തതുണികൊണ്ട് മറച്ചു കഴിഞ്ഞിരുന്നു. നീതിദേവതയുടെ നഗ്നമിഴികളിൽ നിന്ന് കണ്ണുനീർ ധാരധാരയായി ഒഴുകി.

ഹെലിയോഫോബിയ

അജീഷ് മാത്യു കറുകയിൽ

"**അ**ണ്ണാ ട്രംപ് വന്നാൽ ഉടൻ ഒരു യുദ്ധമുണ്ടാകുമല്ലോ?" രമേശൻ കത്തിത്തലപ്പു കൊണ്ടു താഴേക്ക് വടിക്കുന്നതിനിടെ ഒരു നിമിഷം എന്റെ മുഖത്തേക്കു ഒന്നു നോക്കി. ഞാൻ പ്രതികരിക്കുന്നില്ലെന്ന് കണ്ടപ്പോൾ കത്തിത്തലപ്പുമായി പിന്നിലേക്ക് മാറി നിന്നു തുടർന്നു. "ട്രംപ് വരണം അണ്ണാ എന്നാലേ ഇവന്മാർ ഒരു പാഠം പഠിക്കൂ ആ ഹിലാരി മൊണ്ണയാ. അവരു വരുന്നതും വരാതിരിക്കുന്നതും കണക്കാ.."

ഏഴാം ക്ലാസിൽ മൂന്നു കൊല്ലം തോറ്റു ബാർബർ പണിക്കിറങ്ങിയ രമേശിന്റെ ലോകപരിജ്ഞാനം കേട്ടു തെല്ലൊന്നമ്പരന്നു നില്ക്കെ രണ്ടാം റൗണ്ട് ക്ഷൗരത്തിനു ബിൽക്രീമിന്റെ പതയുമായി വന്ന രമേശൻ പതിയെ കാതിനോട് ചേർന്ന് നിന്നൊരു സ്വകാര്യം പറഞ്ഞു. "മരോട്ടി പറമ്പിലെ ജാഫറിന്റെ മകൻ സാദിക്കിനെപ്പറ്റി ഒരു മാസമായി ഒരു വിവരവും ഇല്ലത്രെ, നാട്ടുകാർ പറയുന്നത് ഓൻ ഐ എസിൽ ചേർന്നെന്നാ.."

"ആര് പോളിടെക്നിക്കിൽ പഠിച്ച് സാദിഖ് ജാഫറാ!" വിശ്വാസം വരാത്തപോലെ ഞാൻ രമേശനെ നോക്കി.

"അതേന്നേ! ഓൻ മീശയെല്ലാം വടിച്ചിട്ടു മുട്ടക്കാട്ടൻ താടീം വളർത്തിയാരുന്നു നടപ്പ്. ഓൻ എപ്പോഴാ പോകുന്നതെന്നേ എനിക്ക് സംശയം ഉണ്ടായിരുന്നുള്ളൂ ഒരു പാന്റു തച്ചാ വൃത്തിയായി ഇടില്ലാരുന്നു പഹയൻ. കണങ്കാലിനു മേലെ വച്ചു മുറിച്ചു പണ്ടാരം ആക്കിയേ ഇടുള്ളാരുന്നു. ജിഹാദികൾക്കുള്ള സമ്മാനം ജന്നത്താണെന്ന് തുന്നൽക്കാരൻ തമ്പിച്ചനോട് പറഞ്ഞിട്ടാണത്രെ ഓൻ നാടുവിട്ടത്."

രമേശന്റെ കടയ്ക്കു പ്രസ് ട്രസ്റ്റ് ഓഫ് ഇന്ത്യയുമായി നേരിട്ടു ബന്ധമുള്ളതുപോലെ അയാൾ വിശ്വസനീയമായി പിന്നീട് പലതും പറഞ്ഞു

ഒരത്ഭുത ജീവിയെപ്പോലെ വായും തുറന്നിരുന്നു ഞാൻ സകലതും കേട്ടു. കൊച്ചു കേരളത്തിലെ കുഗ്രാമത്തിൽ ബാർബർ ഷോപ്പ് നടത്തുന്ന രമേശൻ പോലും അമേരിക്കയിൽ ട്രംപ് വരുന്നതും കാത്തു നേർച്ചകളുമായി കഴിയുന്നു. ഹിലാരി പോരത്രെ, തിരഞ്ഞെടുപ്പു പ്രചാരണത്തിന് പോയപ്പോൾ ഹനുമാൻ സേനയ്ക്കു വേണ്ടി പ്രസംഗിക്കാൻ വന്ന കോമരക്കാട്ടിൽ കൃഷ്ണനൻ പറഞ്ഞതാണത്രെ രമേശൻ ഡൊണാൾഡ് ട്രംപിന്റെ ഡൈ ഹാർഡ് ഫാൻ ആയി തീർന്നത്. നാഴികക്ക് നാല്പതു വട്ടം കുടിയേറ്റക്കാരെ തെറി പറയുന്ന വർണ്ണവെറിയനായ കഴുവേറട മോനാണ് ട്രംപ് എന്ന് ഞാൻ രമേശനോട് പറയാനോങ്ങിയതാണ്. പക്ഷേ, എന്തോ ഒരു ഉൾവിളി ഞാൻ സ്വയം വാക്കുകളെ വിഴുങ്ങി. അവന്റെ വിശ്വാസങ്ങളിൽ അവൻ അഭിരമിക്കട്ടെ എനിക്ക് ദോഷമില്ലാത്ത കാര്യങ്ങളിൽ അഭിപ്രായം പറഞ്ഞു അവന്റെ ശത്രുവാകുന്നതെന്തിന്?

പക്ഷേയെങ്കിൽ ചെയ്യുന്ന ജോലിയിൽ പരിപൂർണ്ണത രമേശന്റെ മുഖമുദ്രയാണ്. ഭേഷാ വെട്ടിയൊതുക്കിയ മുടി കോതി കൊണ്ട് ഞാൻ രമേശന്റെ കൈകളിലേക്കു നോക്കി ചോദിച്ചു "രമേശാ നീയും ഹനുമാൻ സേനയിൽ ചേർന്നു അല്ലേ?"

രമേശൻ ചിരിച്ചുകൊണ്ടു തല കുനിച്ചു. പണ്ടു നാനയുടെയും സിനിമാ മംഗളത്തിന്റെയും സെന്റർ പേജിലെ മാദക സുന്ദരിമാർ അലങ്കരിച്ചിരുന്ന ബാർബർ ഷോപ്പിന്റെ ഭിത്തിയിൽ നിറയെ പുരാണ കഥാപാത്രങ്ങൾ. മാറ്റമില്ലാത്തതു മാറ്റത്തിന് മാത്രമാണ്, ചില വ്യക്തികൾ സംഘടനയുടെ ഭാഗമാകുമ്പോൾ സംഘടനയോ അതിലുപരി വ്യക്തികളോ മാറ്റത്തിനു വിധേയമാക്കപ്പെടുന്നു. എന്തായാലും വെട്ടിയൊതുക്കപ്പെട്ട മുടിയും പോളിഷു ചെയ്യപ്പെട്ട മുഖവും മാറാല കെട്ടിയ കുറെ വികൃത ചിന്തകളുമായി ഞാൻ പുറത്തേക്കിറങ്ങി.

ബാർബർ ഷോപ്പിൽ വഴക്കു നടക്കുന്നതറിഞ്ഞാണ് റോഡിലേക്ക് വന്നത്. ജാഫറിക്ക രമേശനുമായി വലിയ തോതിൽ ഒച്ചയിട്ടു സംസാരിക്കുകയാണ്. ഇരു വശത്തും രണ്ടു കൂട്ടർ എന്തിനും സജ്ജരായി നില്ക്കുന്നു. "കോമരൻ ഗോപിയെനിക്ക് കൂടപ്പിറപ്പായിരുന്നു. ആ ഗോപിയുടെ മകനല്ലേ എന്നോർത്താ ഇതുവരെ ക്ഷമിച്ചത്. ഇനി വയ്യാ എന്റെ മകൻ സാദിക്ക് തീവ്രവാദിയാണെന്നാ ഇവൻ നാട് മുഴുവൻ പറഞ്ഞു നടക്കുന്നേ നിങ്ങൾ ഒന്ന് എന്റെ വീട് വരെ വരണം." ജാഫർ ചുറ്റുംകൂടി നില്ക്കുന്നവരെ നോക്കി കെഞ്ചി.

സത്യം അറിയാൻ വെമ്പി നിന്ന ജനക്കൂട്ടം ജാഫറിനു പിന്നാലെ കുഴലൂത്തുകാരന്റെ പിന്നാലെ കൂടിയ എലികുഞ്ഞുങ്ങളെപ്പോലെ മന്ദം മന്ദം നടന്നു നീങ്ങി. ജനക്കൂട്ടം വീട്ടിലേക്കു ഇരമ്പി വരുന്നത് കണ്ടു ഉമ്മറത്തിരുന്ന സൗദത്താ തലയിലെ തട്ടം വലിച്ചു കയറ്റി അടുക്കള തിണ്ണയിലേക്ക് ഓടി മറഞ്ഞു.

രമേശനെയും മൂന്നാലു പൗര പ്രമുഖന്മാരെയും കൂട്ടി ജാഫർ സ്വന്തം വീടിന്റെ ഉമ്മറപ്പടി ചവിട്ടി അകത്തേക്കു കയറി തെക്കേ മൂലയിൽ അട

ച്ചിട്ടിരുന്ന ചായ്പ്പ് വെളുക്കെ തുറന്നു. അരിച്ചിറങ്ങിയ സൂര്യ പ്രകാശത്തെ പേടിച്ചിട്ടെന്നോണം ഒരാൾ അലറി വിളിച്ചു കൊണ്ടു ഉള്ളിലുള്ള കയർ കട്ടിലിനു അടിയിലേക്ക് പാഞ്ഞു കയറി. ജാഫർ ഉള്ളിൽ കയറിയയാളുടെ കൈ പിടിച്ചു പുറത്തേക്കു വലിച്ചിട്ടു. രണ്ടു കൈ കൊണ്ടു മുഖം പൊത്തിയയാൾ നിലത്തേക്കിരുന്നു.

അമ്പട്ടൻരമേശൻ ഒരു കൈ പിടിച്ചു താഴേക്ക് മാറ്റി. അതു സാദിഖ് തന്നെയെന്ന് ഉറപ്പു വരുത്തി. കഴിഞ്ഞ രണ്ടു മാസമായി സാദിഖ് ഹെലിഫോബിയ എന്ന അസുഖത്തിന് ചികിത്സയിൽ ആയിരുന്നത്രേ. സൂര്യ പ്രകാശം കാണുമ്പോൾ അയാൾ അലറിവിളിക്കും.

വെളിച്ചം ജിന്നെന്ന പോലെ അയാളെ കീഴ്പ്പെടുത്തും. പിന്നെയൊരു അലർച്ചയാണ്. ഇരുട്ട് വന്ന് കണ്ണുകളെ മൂടും വരെ അയാൾ ഭ്രാന്തനെപ്പോലെ അലറും. അഭിമാന ബോധവും മകന്റെ ഭാവിയേയും കരുതിയായിരുന്നു ജാഫർ ഇക്കാലമത്രയും നിശ്ശബ്ദനായിരുന്നത്.

ജനക്കൂട്ടത്തിനു ബോദ്ധ്യം വന്നിരിക്കുന്നു സിദ്ദിഖ് ജാഫർ ഐ എസിൽ ചേർന്നിട്ടില്ല. പിന്നെയോ വെളിച്ചത്തെപ്പോലും അഭിമുഖീകരിക്കാൻ വയ്യാത്തത്ര ഭീരുവായി തീർന്നിരിക്കുന്നു.

അന്നൊരു ചൊവ്വാഴ്ച ആയിരുന്നു. ബാർബർ ഷോപ്പിനു അവധിയുള്ള ദിവസം. രമേശൻ അതിരാവിലെ ഉണർന്നു ഷൗരക്കത്തിക്കു മൂർച്ച കൂട്ടി അതുമായി ജാഫറിന്റെ വീട്ടിലേക്കു നടന്നു. സൂര്യൻ ഉദിക്കുന്നതിനു മുൻപ് അവൻ സിദ്ധിഖിന്റെ നീണ്ടു വളർന്നു ജഡപിടിക്കാറായ രോമകൂപങ്ങളെ വടിച്ചിറക്കി. ഷൗരക്കത്തി സിദ്ദിഖിന്റെ താടി രോമങ്ങളെ പിഴുതെറിയുമ്പോൾ സിദ്ദിഖ് രമേശന്റെ കണ്ണുകളിലേക്ക് സംശയത്തോടെ നോക്കി അപ്പോൾ ജുമാ മസ്ജിദിന്റെ മിനാരത്തിൽനിന്നും പറന്നുയർന്നൊരു മൈന രമേശനും സിദ്ദിഖിനും ഇടയിൽ വന്നൊരു മധുരസംഗീതം പാടി. ആ പാട്ടിന്റെ സ്വരമാധുരിയിൽ അലിഞ്ഞലിഞ്ഞു രമേശനും സിദ്ദിഖ് ജാഫറും രണ്ടു മനുഷ്യരായി മാറി...